5개의 상황별 주제로
100개의 주요 표현과 대화문 수록

3박 4일 출장

비즈니스 베트남어

3박 4일 출장 비즈니스 베트남어

저 자 FL4U컨텐츠
발행인 고본화
발 행 반석출판사
2020년 1월 5일 초판 1쇄 인쇄
2020년 1월 10일 초판 1쇄 발행
반석출판사 | www.bansok.co.kr
이메일 | bansok@bansok.co.kr
블로그 | blog.naver.com/bansokbooks

07547 서울시 강서구 양천로 583, B동 1007호
(서울시 강서구 염창동 240-21번지 우림블루나인 비즈니스센터 B동 1007호)
대표전화 02) 2093-3399   팩 스 02) 2093-3393
출 판 부 02) 2093-3395   영업부 02) 2093-3396
등록번호 제315-2008-000033호

ISBN 978-89-7172-905-2 (13790)

5개의 상황별 주제로
100개의 주요 표현과 대화문 수록

3박 4일 출장

비즈니스
베트남어

반석출판사
Bansok

2000년대 이후 베트남과 우리나라의 교류가 급증하면서 베트남어를 학습하고자 하는 분들의 수가 많아지고 있습니다. 베트남은 이전까지 주로 관광지, 휴양지로 여겨졌던 나라지만 우리나라의 주요 무역대상으로 떠오르면서 베트남과의 실질적인 교류 범위가 넓어지고 있기 때문입니다. 2019년 기준으로 한국과 베트남의 교역 규모는 미국·중국·일본에 이어 4위이며, 수출대상국으로는 3위 수출시장의 위치를 차지하고 있습니다. 해마다 양국을 오고가는 상호방문객들 역시 수백만 명에 이를 정도로 베트남은 한국에 중요한 시장이 되었습니다. 이에 따라 베트남 사람들을 업무에서 대면하면서 베트남어를 사용해야 할 필요성 또한 늘어나고 있습니다.

이 책은 이러한 추세에 맞게 비즈니스에 필요한 주요 베트남어 표현을 엄선하여 다양한 비즈니스 회화문을 공부할 수 있도록 구성하였습니다. 회화 공부를 할 때 가장 유용한 예문은 바로 실제적인 의사소통이 수록된 대화문일 것입니다. 이 책에서는 베트남 기업과 비즈니스 관계를 맺은 한국 회사라는 상황을 설정하여, 사업 거래를 하는 회사원들 간의 대화를 예문으로 수록하였습니다. 두 명의 화자가 베트남어로 주고받는 대화를 읽고, 듣고, 따라함으로써 베트남어에 보다 쉽고 재미있게 다가갈 수 있도록 구성하였습니다.

『3박 4일 출장 비즈니스 베트남어』는 베트남 출장에서 가장 기본이 되고 필요한 상황을 총 5개의 주제로 분류하여 100개의 이야기로 정리했습니다. 주요 표현을 소개하면서 어떤 상황에서 쓰는 표현인지 설명한 후, 다양한 대화문으로 문장을 익힐 수 있게 하였습니다. 그리고 동일한 상황에서 쓰일 수 있는 추가적인 표현을 수록하여 어휘의 범위를 확장할 수 있도록 하였습니다.

본문에 있는 모든 문장들은 반석출판사 홈페이지에서 무료로 제공되는 mp3 파일에 원어민이 녹음한 버전으로 제공됩니다. 주요 표현 및 대화문을 음원으로 직접 들으면서 효과적으로 공부하실 수 있으니 적극적으로 활용해보시길 바랍니다.

본 교재가 베트남 출장을 준비하시는 분들과 베트남어를 학습하시는 모든 분들에게 도움이 되기를 바랍니다.

FL4U컨텐츠

구성

총 5개의 주제로 분류하여 각 주제별로 20개의 표현으로 구성을 하였습니다.

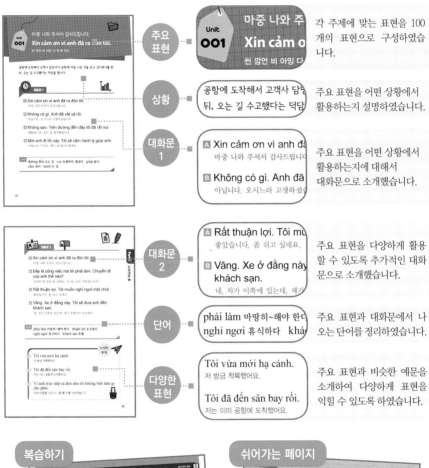

주요 표현 — 각 주제에 맞는 표현을 100개의 표현으로 구성하였습니다.

상황 — 주요 표현을 어떤 상황에서 활용하는지 설명하였습니다.

대화문 1 — 주요 표현을 어떤 상황에서 활용하는지에 대해서 대화문으로 소개했습니다.

대화문 2 — 주요 표현을 다양하게 활용할 수 있도록 추가적인 대화문으로 소개했습니다.

단어 — 주요 표현과 대화문에서 나오는 단어를 정리하였습니다.

다양한 표현 — 주요 표현과 비슷한 예문을 소개하여 다양하게 표현을 익힐 수 있도록 하였습니다.

복습하기

쉬어가는 페이지

 **목차**

Part 3 업무 중

Part 4 출장 중

Part 5 식사 중

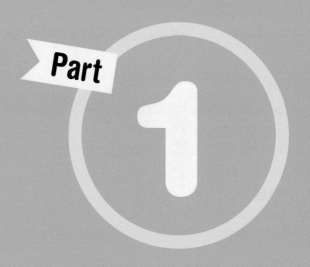

Part 1

소개/만남 중

베트남 출장을 가면 업체를 만나서 미팅을 진행하게 됩니다.
업체와 만나고 소개를 하는 경우가 있습니다.
만남과 소개는 비즈니스의 출발이라고 할 수 있습니다.

001 마중 나와 주셔서 감사드립니다.

002 오시느라 수고하셨습니다.

003 오래간만입니다.

004 제 명함입니다. 만나서 반갑습니다.

005 저는 베트남 시장을 담당하고 있습니다.

006 저는 영업부에서 일합니다.

007 말씀 많이 들었습니다.

008 앞으로 잘 부탁드립니다.

009 제가 이떻게 호칭을 해아 힐까요?

010 이분은 영업부 부장님이십니다.

011 메일로만 인사를 드리다가 직접 인사를 하게 됐네요.

012 회사에 대해 간단하게 소개를 드리겠습니다.

013 귀사에 대해 간단히 소개 좀 해주시겠어요?

014 우선 저희 직원들을 소개하겠습니다.

015 저희 제품에 대해 소개하겠습니다.

016 짧은 시간이었지만 매우 유익한 자리였습니다.

017 이 기간 동안 덕분에 잘 있다가 갑니다.

018 제가 차를 보내 모시도록 하겠습니다.

019 전 여기서 이만 인사를 드리겠습니다.

020 앞으로 자주 연락했으면 좋겠습니다.

마중 나와 주셔서 감사드립니다.
Xin cảm ơn vì anh đã ra đón tôi.
씬 깜언 비 아잉 다 자 돈 또이.

공항에 도착해서 고객사 담당자가 공항에 마중 나온 것을 보고 감사표시를 한 뒤, 오는 길 수고했다는 덕담을 합니다.

 대화문 1

A Xin cảm ơn vì anh đã ra đón tôi.
마중 나와 주셔서 감사드립니다.

B Không có gì. Anh đã vất vả rồi.
아닙니다. 오시느라 고생하셨습니다.

A Không sao. Trên đường đến đây tôi đã rất vui.
괜찮습니다. 오는 길 즐거웠습니다.

B Mời anh đi lối này. Tôi sẽ cầm hành lý giúp anh.
이쪽으로 가시죠. 제가 짐 들어드릴게요.

단어 đường đến 오는 길   vui 유쾌하다, 즐겁다   giúp 돕다
cầm 잡다   hành lý 짐

대화문 2

A Xin cảm ơn vì anh đã ra đón tôi.
마중 나와 주셔서 감사드립니다.

B Đây là công việc mà tôi phải làm. Chuyến đi của anh thế nào?
당연히 할 일을 한 건데요. 오시는 길은 어떠셨는지요?

A Rất thuận lợi. Tôi muốn nghỉ ngơi một chút.
좋았습니다. 좀 쉬고 싶네요.

B Vâng. Xe ở đằng này. Tôi sẽ đưa anh đến khách sạn.
네. 차가 이쪽에 있는데, 제가 호텔까지 모실게요.

단어
phải làm 마땅히~해야 한다   thuận lợi 순조롭다
nghỉ ngơi 휴식하다   khách sạn 호텔

다양한 표현

Tôi vừa mới hạ cánh.
저 방금 착륙했어요.

Tôi đã đến sân bay rồi.
저는 이미 공항에 도착했어요.

Vì anh trực tiếp ra đón nên tôi không biết làm gì cho phải.
직접 마중을 나오시니 몸 둘 바를 모르겠습니다.

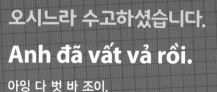

Unit 002

오시느라 수고하셨습니다.
Anh đã vất vả rồi.
아잉 다 벗 바 조이.

공항에 도착하여 고객사에서 마중을 나왔고, 담당자와 인사를 나누면서 오는 길이 어떠했는지에 대해 물어보는 상황입니다.

 대화문 1

A Anh đã vất vả rồi. Anh có mệt không?
오시느라 수고하셨어요. 피곤하시겠네요?

B Bình thường, tôi không sao.
그런대로 괜찮아요.

A Tôi sẽ đưa anh tới khách sạn để nghỉ ngơi.
호텔에서 쉴 수 있으시도록 제가 모실게요.

B Vâng. Cảm ơn anh!
네, 감사합니다!

단어 mệt 피곤하다   bình thường 그런대로, 보통   đưa 모시다

14

대화문 2

A Anh đã vất vả rồi. Đường đến đây anh có thấy thoải mái không?
오시느라 수고하셨어요. 오시는 길은 즐거우셨나요?

B Tôi rất thoải mái. Nhưng tôi hơi mệt một chút.
매우 즐거웠습니다. 그렇지만 좀 피곤하네요.

A Tôi sẽ đưa anh tới khách sạn để nghỉ ngơi.
호텔에서 쉴 수 있으시도록 제가 모실게요.

B Vâng. Cảm ơn anh.
네, 감사합니다.

단어 nhưng 그렇지만   một chút 좀, 약간

다양한
표 현

Anh đã rất mệt phải không?
오시느라 고생하셨죠?

Đường đến đây tôi thấy rất thoải mái.
오는 동안 편하게 왔습니다.

Trong suốt quãng đường đến đây anh đã vất vả nhiều rồi.
오시는 내내 정말 고생하셨습니다.

오래간만입니다.

Lâu rồi không gặp anh.

러우 조이 콩 갑 아잉.

고객사 담당자와는 출장 때마다 만나는데, 거의 반년 만에 만나서 서로의 근황에 대해 인사를 건네는 장면입니다.

대화문 1

A Lâu rồi không gặp anh.

오래간만입니다.

B Lâu rồi không gặp. Dạo này anh thế nào?

오래간만입니다. 요즘 어때요?

A Vẫn như trước thôi. Anh thì sao?

여전하죠, 뭐. 당신은요?

B Gần đây công việc của tôi hơi bận.

저는 최근에 일이 좀 바빠요.

단어 thế nào? 어때요? thì sao ~은요? gần đây 최근 bận 바쁘다

16

대화문 2

🅰 Lâu rồi không gặp anh. Dạo này anh bận gì
vậy?
오래간만입니다. 요즘 뭐로 바쁘세요?

🅱 Vì viết luận văn nên tôi hơi bận. Hơi đau đầu.
Còn anh?
논문을 쓰느라 바빠서, 머리가 아파요. 당신은요?

🅰 Gần đây tôi vừa đi du lịch Nhật Bản về.
저는 최근에 일본 여행을 다녀왔어요.

🅱 Thế à? Thật ghen tỵ với anh quá.
그래요? 너무 부러운데요.

단어 viết 쓰다 luận văn 논문 đi du lịch 여행하다
ghen tỵ 부럽다

 다양한 표현

Lâu rồi chúng ta không gặp nhau rồi nhỉ.
우리 오랫동안 보지 못했네요.

Anh vẫn như trước nhỉ.
여전히 그대로네요.

Chúng ta hẹn gặp nhau khi nào nhỉ?
우리 언제 본다고 했죠?

제 명함입니다. 만나서 반갑습니다.

Đây là danh thiếp của tôi. Rất hân hạnh được gặp anh.

더이 라 자잉 티엡 꾸어 또이. 젓 한 하잉 드억 갑 아잉.

처음 만나 서로의 명함을 교환하고 인사를 하면서, 앞으로 서로 합작하여 좋은 방향으로 만들어가자고 말하는 상황입니다.

대화문 1

A Đây là danh thiếp của tôi. Rất hân hạnh được gặp anh.
이것은 저의 명함입니다. 만나서 반갑습니다.

B Cảm ơn anh. Tôi cũng rất hân hạnh vì được biết anh.
고맙습니다. 저도 당신을 알게 돼서 반갑습니다.

A Công ty tôi ở gần đây. Nếu anh có thời gian thì hãy ghé qua.
회사는 이 근처에 있어요. 시간이 되시면 좀 있다 가세요.

B Vâng. Cảm ơn anh.
네. 고맙습니다.

단어 danh thiếp 명함   biết 알다   hân hạnh 기쁘다   gần đây 근처

Ⓐ Đây là danh thiếp của tôi. Rất hân hạnh được
gặp anh.
이것은 저의 명함입니다. 만나서 반갑습니다.

Ⓑ Cảm ơn anh. Tôi cũng rất vui khi biết anh. Đây
là danh thiếp của tôi.
고맙습니다. 저도 당신을 알게 돼서 반갑습니다. 제 명함입니다.

Ⓐ Đội trưởng Lee. Tôi rất mong chúng ta sẽ hợp
tác vui vẻ trong tương lai.
이 팀장님, 저희가 앞으로 즐겁게 합작하기를 바랍니다.

Ⓑ Được hợp tác với anh tôi cảm thấy rất vinh dự.
Mong anh giúp đỡ tôi.
당신과 합작하게 되어서 영광입니다. 앞으로 잘 부탁드립니다.

단어 hợp tác 합작   vinh dự 영광이다   mong 바라다

다양한
표현

Rất vui được gặp anh.
만나서 기쁩니다.

Tôi vừa mới hết danh thiếp.
명함을 마침 다 썼네요.

Tôi không mang theo danh thiếp nên lát nữa tôi
sẽ đưa cho anh.
제가 명함을 가지고 오지 않아서, 좀 있다가 드릴게요.

저는 베트남 시장을 담당하고 있습니다.

Tôi đang phụ trách thị trường Việt Nam.

또이 당 푸 짜익 티 쯔엉 비엣 남.

서로가 맡은 업무에 대해 소개하고, 앞으로 좋은 관계로 나아가자고 하는 상황입니다.

대화문 1

Ⓐ Xin chào. Tôi là Lee Cheol. Tôi đang phụ trách thị trường Việt Nam.

안녕하세요. 저는 이철입니다. 저는 베트남 시장을 맡고 있습니다.

Ⓑ Xin chào. Đội trưởng Lee. Tôi là Nguyễn Văn Mạnh. Sau này mong anh giúp đỡ tôi.

안녕하세요. 이 팀장님, 저는 응우옌 반 마잉입니다. 앞으로 잘 부탁드립니다.

Ⓐ Xin chào đội trưởng Mạnh. Tôi rất vui được biết anh.

마잉 팀장님, 안녕하세요. 당신을 알게 돼서 반갑습니다.

Ⓑ Tôi cũng rất hân hạnh khi được gặp anh.

저도 당신을 알게 돼서 반갑습니다.

단어
phụ trách 책임지다   thị trường 시장   đội trưởng 팀장

  대화문 2

A Xin chào. Tôi là Lee Cheol đang phụ trách thị trường Việt Nam.

안녕하세요. 저는 이철이고, 베트남 시장을 맡고 있습니다.

B Xin chào đội trưởng Lee. Tôi là Nguyễn Văn Mạnh sẽ cùng làm việc với anh trong thời gian tới. Rất vui được biết anh.

안녕하세요, 이 팀장님. 저는 앞으로 같이 일하게 된 응우옌 반 마잉입니다. 알게 돼서 반갑습니다.

A Tôi cũng rất hân hạnh được biết anh. Mong anh giúp đỡ tôi.

당신을 알게 돼서 반갑고, 앞으로 잘 부탁드립니다.

B Không có gì. Tôi mong rằng trong thời gian tới anh sẽ chỉ giáo cho tôi.

별말씀을요. 앞으로 지도 편달 부탁드립니다.

단어 cùng làm việc 함께 일하다　thời gian tới 앞으로
chỉ giáo 지도편달하다

다양한 표현

Tôi đang phụ trách bộ phận mua bán.
저는 구매를 맡고 있습니다.

Tôi là người phụ trách thị trường Việt Nam.
저는 베트남 시장을 책임지고 있는 사람입니다.

Công việc của tôi là quản lý thị trường Việt Nam.
저의 업무는 베트남 시장을 관리하는 것입니다.

저는 영업부에서 일합니다.

Tôi đang làm việc tại bộ phận kinh doanh.

또이 당 람 비엑 따이 보 펀 낑 조아잉.

서로 자신이 몸담고 있는 부서에 대해 소개하고 향후에 좋은 관계를 유지하자고 말하는 상황입니다.

 대화문 1

A Xin chào. Tôi là Lee Cheol làm việc tại bộ phận kinh doanh.

안녕하세요. 저는 이철이고, 영업부에서 일합니다.

B Xin chào. Tôi là Nguyễn Văn Mạnh nhân viên mới vào công ty. Tôi cũng đang làm việc tại bộ phận kinh doanh.

안녕하세요. 저는 응우옌 반 마잉입니다. 신입사원이고, 저도 영업부입니다.

A Thế ạ? Rất vui được gặp anh.

그래요? 만나서 반갑습니다.

B Tôi cũng rất vui được biết anh. Có gì tôi không hiểu mong được anh chỉ giáo.

저도 만나서 반갑습니다. 이해가 안 되는 것이 있을 때 많은 지도 편달 부탁드립니다.

단어 bộ phận kinh doanh 영업부   nhân viên mới 신입사원
hiểu 이해하다

대화문 2

🅰 Xin chào. Tôi là Lee Cheol làm việc tại bộ phận kinh doanh.

안녕하세요. 저는 이철이고, 영업부에서 일합니다.

🅱 Xin chào. Tôi là Nguyễn Văn Mạnh của bộ phận nhân sự.

안녕하세요. 저는 응우옌 반 마잉이고, 인사부에 있습니다.

🅰 Trước đây tôi cũng từng làm ở bộ phận nhân sự nhưng sau đã chuyển tới bộ phận kinh doanh rồi.

예전에 제기 인사부에 있었는데 후에 영업부로 왔어요

🅱 Thì ra là vậy!

그랬군요!

단어 bộ phận nhân sự 인사부   sau 후에   chuyển 옮기다
trước đây 예전

다양한 표현

Tôi làm việc tại bộ phận nhân sự.
저는 인사부에서 일합니다.

Tôi là Choi Lee An của bộ phận quảng cáo.
저는 마케팅부의 최이안입니다.

Vị này là trưởng phòng Lee của công ty chúng tôi.
이분은 우리 회사의 이 부장님입니다.

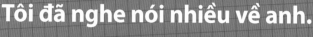

Unit 007

말씀 많이 들었습니다.

Tôi đã nghe nói nhiều về anh.

또이 다 응예 노이 니에우 베 아잉.

직접 만나는 것은 처음으로 그동안 이야기 많이 들었다고 말하는 상황입니다.

 대화문 1

A Trưởng phòng Lee, tôi đã nghe nói nhiều về anh. Tôi là Nguyễn Văn Mạnh.

이 팀장님, 말씀 많이 들었습니다. 저는 응우옌 반 마잉입니다.

B Xin chào đội trưởng Mạnh. Tôi cũng nghe mọi người nói nhiều về anh. Hôm nay được gặp anh tôi cảm thấy rất vinh dự.

마잉 팀장님, 안녕하세요! 다른 분들이 이야기하는 것 많이 들었습니다. 오늘 만나 뵙게 되어서 영광입니다.

A Tôi cũng lấy làm vinh dự khi được biết anh. Tôi hy vọng rằng sự hợp tác của chúng ta sẽ diễn ra ngày càng tốt đẹp trong tương lai.

저도 알게 되어서 영광이고, 앞으로 저희들의 합작이 더욱더 좋아지기를 희망합니다.

B Tôi tin chắc rằng nhất định mọi chuyện sẽ ngày càng tốt đẹp hơn.

저는 반드시 더욱더 좋아지리라 믿습니다.

단어
mới 이제 막, 새로운 đi làm 일하러 가다, 출근하다
giúp đỡ 돕다 nhau 서로

대화문 2

A Thì ra anh chính là đội trưởng Lee. Tôi đã nghe nói nhiều về anh. Tôi là Nguyễn Văn Mạnh.

당신이 바로 이 팀장님이시군요. 말씀 많이 들었습니다. 저는 응우옌 반 마잉입니다.

B Xin chào! Rất hân hạnh được gặp anh. Tôi đã luôn rất muốn gặp anh.

안녕하세요! 만나서 반갑습니다. 줄곧 뵙고 싶었어요.

A Thế ạ? Chúng ta cùng ngồi xuống vừa uống cà phê và nói chuyện nhé.

그래요? 우리 앉아서 커피 마시면서 이야기해요.

B Thế cũng được ạ.

좋습니다.

단어 luôn 줄곧 nói chuyện 이야기하다 uống 마시다
ngồi 앉다

다양한
표현

Rất vui khi lần đầu gặp anh.
처음 뵙겠습니다.

Cuối cùng thì chúng ta đã được gặp nhau.
우리가 드디어 만났네요.

Tôi đã nghe tên anh nhiều lần.
저는 당신의 이름을 여러 번 들은 적이 있습니다.

Unit 008

앞으로 잘 부탁드립니다.

Sau này mong anh giúp đỡ.

사우 나이 몽 아잉 쥽 더.

앞으로 잘 부탁한다는 표현으로 서로 처음 만나서 인사하는 상황입니다.

대화문 1

A Tôi là Nguyễn Văn Mạnh. Hôm nay tôi mới đi làm sau này mong anh giúp đỡ.

저는 응우옌 반 마잉입니다. 오늘 새로 출근했는데 앞으로 잘 부탁드립니다.

B Xin chào. Tôi là Lee Cheol. Tôi cũng là nhân viên mới. Sau này cùng giúp đỡ nhau nhé.

안녕하세요. 저는 이철입니다. 저도 신입사원인데, 앞으로 서로 도와요.

A Xin chào. Rất vui được gặp anh.

안녕하세요. 만나서 반갑습니다.

B Tôi cũng rất hân hạnh khi được biết anh.

당신을 알게 돼서 저도 반갑습니다.

단어

mới 이제 막, 새로운   đi làm 일하러 가다, 출근하다
giúp đỡ 돕다   nhau 서로

대화문 2

A Tôi là Nguyễn Văn Mạnh. Hôm nay tôi mới đi làm sau này mong anh giúp đỡ.

저는 응우옌 반 마잉입니다. 오늘 새로 출근했는데 앞으로 잘 부탁드립니다.

B Chào mừng anh. Tôi là Lee Cheol. Sau này mong anh giúp đỡ.

환영합니다. 저는 이철입니다. 앞으로 잘 부탁드립니다.

A Anh đã làm việc ở đây bao lâu rồi?

이곳에서 얼마나 일하셨어요?

B Khoáng 1 năm rồi.

1년 정도요.

단어
mong 바라다 ở đây 이곳 bao lâu 얼마나 오래
khoảng 약, 정도

 다양한 표현

Mong anh chỉ giáo nhiều.
많은 지도 편달 부탁드립니다.

Tôi hy vọng rằng chúng ta sẽ trở nên thân thiết hơn.
저는 우리가 더 가까워지길 희망합니다.

Tôi mong rằng từ hôm nay chúng ta sẽ cùng nhau hợp tác.
저는 오늘 이후로 같이 합작하기를 원합니다.

제가 어떻게 호칭을 해야 할까요?

Tôi phải xưng hô như thế nào?

또이 파이 승 호 느 테 나오?

서로 만나서 호칭을 정리할 때가 있습니다. 서로를 어떻게 부르면 되는지에 대해 물어보는 상황입니다.

 대화문 1

🄰 Xin chào. Tôi là Nguyễn Văn Mạnh. Tôi nên xưng hô như thế nào thì được nhỉ?

안녕하세요. 저는 응우옌 반 마잉입니다. 제가 어떻게 호칭하면 될까요?

🄱 Tôi là Lee Cheol. Anh cứ gọi tôi là anh Lee là được.

저는 이철입니다. 당신도 저를 이 군이라고 부르시면 됩니다.

🄰 Anh làm việc ở bộ phận nào thế?

어디 부서에서 일하시나요?

🄱 Tôi ở bộ phận kinh doanh.

저는 영업부에 있습니다.

단어   xưng hô 호칭   gọi 부르다   bộ phận 부서

대화문 2

A Xin chào. Tôi là Nguyễn Văn Mạnh. Tôi nên xưng hô thế nào thì được nhỉ?
안녕하세요. 저는 응우옌 반 마잉입니다. 제가 어떻게 호칭하면 될까요?

B Xin chào. Tôi là Lee Cheol, tôi mới đến công ty chưa lâu.
안녕하세요. 저는 이철이고, 회사에 온 지 얼마 안 됐습니다.

A Thế à? Tôi cũng mới làm việc chưa được bao lâu. Sau này mong anh giúp đỡ.
그래요? 저도 일한 지 얼마 되지 않았습니다. 앞으로 잘 부탁드립니다.

B Vâng. Tôi cũng mong anh giúp đỡ.
그래요. 저도 잘 부탁드립니다.

단어 lâu 오래되다   chưa được bao lâu 얼마 안 되다
làm việc 일하다

다양한 표현

Tôi phải xưng hô như thế nào với anh?
제가 그에게 어떻게 호칭을 해야 할까요?

Anh gọi tôi là anh Kim là được.
저를 김 군이라고 부르시면 됩니다.

Tôi phải xưng hô như thế nào thì tốt nhỉ?
제가 어떻게 호칭을 해야 좋을까요?

이분은 영업부 부장님이십니다.

Đây là Trưởng phòng bộ phận kinh doanh.

더이 라 쯔엉 퐁 보 펀 낑 조아잉.

고객사에게 상사나 동료를 소개할 때 쓸 수 있는 표현으로 앞으로 좋은 관계를 유지하자고 말하는 상황입니다.

 대화문 1

🅐 Anh Mạnh à, cùng chào hỏi chút nhé. Đây là anh Lee Cheol trưởng phòng bộ phận kinh doanh.

마잉 씨, 인사 나누시죠. 이 분은 영업부 부장이신 이철 씨입니다.

🅑 Xin chào trưởng phòng Lee. Rất vui được gặp anh. Mong anh giúp đỡ.

안녕하세요, 이 부장님. 만나 뵙게 되어 반갑습니다. 잘 부탁드립니다.

🅒 Tôi nghe nói rằng anh là người trung thực trong công việc, năng lực làm việc tốt và luôn luôn nỗ lực.

성실하게 일하고, 업무 능력도 좋고, 계속 노력한다고 들었어요.

🅑 Tôi sẽ nỗ lực nhiều hơn. Cảm ơn trưởng phòng.

제가 더 노력할게요. 감사합니다.

단어 trung thực 성실하다 luôn luôn 계속해서 nỗ lực 노력하다

 대화문 2

A Anh Mạnh à, Đây là anh Lee Cheol trưởng phòng bộ phận kinh doanh.

마잉 씨, 이분은 영업부 부장이신 이철 씨입니다.

B Xin chào trưởng phòng Lee. Tôi đã nghe nói nhiều về anh. Rất vui được gặp anh.

이 부장님, 안녕하세요. 말씀 많이 들었습니다. 만나서 반갑습니다.

C Tôi cũng rất vui khi được gặp anh. Hy vọng rằng sau này chúng ta sẽ hợp tác vui vẻ.

저도 만나서 반갑습니다. 앞으로 즐겁게 합작하기를 희망합니다.

B Hợp tác vui vẻ nhé.

즐겁게 합작해요.

단어

nghe 듣다   hy vọng 희망하다   hợp tác 합작하다

다양한 표현

Anh ấy là kỹ sư của công ty chúng tôi.
그는 우리 회사의 엔지니어입니다.

Đây là đội trưởng Park của bộ phận phát triển.
이분은 개발부의 박 팀장님입니다.

Vị này đang phụ trách công việc mua bán của công ty chúng tôi.
이분은 우리 회사의 판매를 책임지고 있습니다.

메일로만 인사를 드리다가 직접 인사를 하게 됐네요.

Tôi mới chỉ chào hỏi anh qua email cuối cùng thì hôm nay đã được trực tiếp gặp mặt rồi.

또이 머이 찌 짜오 호이 아잉 꽈 이메일 꾸오이 꿍 티 홈 나이 다 드억 쯕 띠엡 갑 맛 조이.

메일로만 업무를 하다가 직접 얼굴을 보고 인사를 하게 되었을 때 쓸 수 있는 표현으로 앞으로 잘 부탁한다고 말하는 상황입니다.

대화문 1

A Tôi mới chỉ chào hỏi anh qua email cuối cùng thì hôm nay đã được trực tiếp gặp mặt rồi.
메일로만 인사를 드리다가 오늘 직접 인사를 하게 됐네요.

B Vậy mới nói. Tôi đã luôn chờ đợi cơ hội để gặp anh.
그러게요. 줄곧 만날 기회를 기다렸습니다.

A Tôi cũng thế. Rất vui được gặp anh.
저도요. 만나서 반갑습니다.

B Tôi cũng rất vui khi gặp anh. Sau này mong anh giúp đỡ.
저도 만나서 반갑습니다. 앞으로 잘 부탁드립니다.

단어   để ~하기 위해   cơ hội 기회   luôn 줄곧   chờ đợi 기다리다

대화문 2

A Tôi mới chỉ chào hỏi anh qua email cuối cùng thì hôm nay đã được trực tiếp gặp mặt rồi.

메일로만 인사를 드리다가 오늘 직접 인사를 하게 됐네요.

B Vậy mới nói. Cảm ơn anh vì thời gian qua đã luôn quan tâm.

그러게요. 그동안 돌봐주셔서 감사드립니다.

A Tôi hy vọng rằng chúng ta sẽ trở thành đối tác tốt trong tương lai.

앞으로 좋은 합작 동반자가 되기를 희망합니다.

B Chúng ta hãy cùng nâng ly chúc mừng.

경축을 위해서 우리 술 한잔해요.

단어   quan tâm 돌보다   đối tác 동반자   chúc mừng 경축하다

다양한 표현

Thì ra anh chính là đội trưởng Lee!

당신이 바로 이 팀장님이시군요!

Tôi cứ tưởng là ai, ra là anh.

나는 누군가 했더니 알고 보니 당신이었군요.

Chúng ta vừa mới gặp nhau.

우리가 마침내 만났네요.

회사에 대해 간단하게 소개를 드리겠습니다.

Tôi sẽ giới thiệu sơ qua về công ty.

또이 세 져이 티에우 서 꽈 베 꽁 띠.

처음 만나 회사에 대해 소개를 할 때 쓸 수 있는 표현으로 향후 좋은 관계를 유지하자고 말하는 상황입니다.

대화문 1

A Xin chào. Tôi sẽ giới thiệu sơ qua về công ty.
안녕하세요. 회사에 대해 간단하게 소개를 드리겠습니다.

B Công ty chủ yếu làm công việc gì ạ?
회사의 주요 업무가 무엇인가요?

A Chúng tôi sáng chế và sản xuất mỹ phẩm.
화장품 개발과 생산입니다.

B Ngoài ra còn việc gì nữa không?
또 다른 업무가 있나요?

단어　sơ qua 간단히　công việc 업무　mỹ phẩm 화장품
sáng chế 개발　sản xuất 생산

대화문 2

A Xin chào. Tôi sẽ giới thiệu sơ qua về công ty.
안녕하세요. 회사에 대해 간단하게 소개를 드리겠습니다.

B Quý công ty được thành lập khi nào?
귀사는 언제 설립되었나요?

A Công ty chúng tôi được thành lập năm 2008 đến nay đã được 11 năm.
2008년에 설립되었고, 이미 11년이 되었습니다.

B Phương thức kinh doanh chủ yếu của công ty là gì?
주요 경영 방식은 무엇인가요?

단어
thành lập 설립 kinh doanh 경영 phương thức 방식
chủ yếu 주요

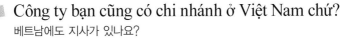

다양한 표현

Công ty bạn cũng có chi nhánh ở Việt Nam chứ?
베트남에도 지사가 있나요?

Chúng tôi là một trong những công ty ngoại thương lớn nhất Hàn Quốc.
저희는 한국 최대의 대외 무역 회사 중 하나입니다.

Chúng tôi làm chuyên về thiết kế sản phẩm.
저희는 제품 디자인 업무에 전문적으로 종사하고 있습니다.

귀사에 대해 간단히 소개 좀 해주시겠어요?

Anh có thể giới thiệu sơ qua về quý công ty được không?

아잉 고 테 져이 티에우 서 꽈 베 꿔 꽁 띠 드억 콩?

서로의 회사에 대해 소개를 부탁할 때 쓸 수 있는 표현으로 회사에 관련된 내용을 설명하는 상황입니다.

대화문 1

A Xin chào. Anh có thể giới thiệu sơ qua về quý công ty được không?

안녕하세요. 귀사에 대해 간단히 소개 좀 해주시겠어요?

B Được. Tôi sử dụng PPT có được không?

가능합니다. 제가 PPT를 사용해도 될까요?

A Đương nhiên là được rồi.

당연히 가능하죠.

B Vâng. Tôi sẽ chuẩn bị một chút. Tôi sẽ bắt đầu ngay.

알겠습니다. 제가 준비 좀 하겠습니다. 곧 시작하겠습니다.

단어
sử dụng 사용하다   chuẩn bị 준비하다   ngay 곧
bắt đầu 시작하다

🅐 Xin chào. Anh có thể giới thiệu sơ qua về quý công ty được không?

안녕하세요. 귀사에 대해 간단히 소개 좀 해주시겠어요?

🅑 Đương nhiên là được rồi. Anh muốn tìm hiểu thêm về phần nào?

당연히 가능하죠. 어떤 부분에 대해 이해를 하고 싶으신가요?

🅐 Anh hãy bắt đầu từ phần phương thức kinh doanh của công ty.

귀사의 경영 방식부터 시작을 하시죠.

🅑 Vâng.

알겠습니다.

단어 hiểu 이해하다 phần 부분 phương thức 방식 ~từ ~부터

다양한 표현

Xin anh giới thiệu đôi nét về công ty.

귀사에 대해 간단하게 소개해주세요.

Tôi vừa giới thiệu về tình hình và sản phẩm của công ty chúng tôi.

방금 저희 회사의 상황과 제품에 대해 소개해드렸습니다.

Giá thành so với chất lượng sản phẩm của công ty chúng tôi rất tốt.

우리 회사의 제품 가성비가 매우 좋습니다.

우선 저희 직원들을 소개하겠습니다.

Đầu tiên tôi sẽ giới thiệu về nhân viên của chúng tôi.

더우 띠엔 또이 세 져이 티에우 베 년 비엔 꾸어 쭝 또이.

고객사에게 동료를 소개할 때 쓸 수 있는 표현으로 앞으로 좋은 관계를 유지하자고 말하는 상황입니다.

대화문 1

A Đầu tiên tôi sẽ giới thiệu về nhân viên của chúng tôi.

우선 저희 직원들을 소개하겠습니다.

B Xin chào. Rất vui được gặp anh.

안녕하세요. 만나서 반갑습니다.

A Tôi cũng rất vui khi gặp anh. Chào mừng anh.

저도 만나서 반갑습니다. 정말 환영합니다.

B Cảm ơn. Sau này mong anh giúp đỡ.

고맙습니다. 이후에 잘 부탁드립니다.

단어 nhân viên 직원   chào mừng 환영하다

38

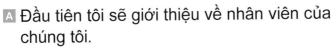

대화문 2

A Đầu tiên tôi sẽ giới thiệu về nhân viên của chúng tôi.

우선 저희 직원들을 소개하겠습니다.

B Xin chào. Tôi là Lee Cheol. Anh cứ gọi tôi là anh Lee là được.

안녕하세요. 저는 이철입니다. 이 군이라고 부르시면 됩니다.

A Xin chào. Chào mừng anh đến với công ty của chúng ta.

안녕하세요. 우리 회사에 오신 것을 정말 환영합니다.

B Tôi còn nhiều điều không biết sau này mong anh giúp đỡ cho.

제가 모르는 점이 많으니 앞으로 많은 도움이 필요합니다.

단어 giúp đỡ 돕다   không biết 모르다

다양한
표현

Trước tiên là phần giới thiệu của tôi.
우선 제 소개를 할게요.

Tôi sẽ giới thiệu về bản thân mình.
소개를 드릴게요.

Tôi sẽ giới thiệu về các đồng nghiệp của mình.
제가 저의 동료를 소개하겠습니다.

저희 제품에 대해 소개하겠습니다.

Tôi sẽ giới thiệu về sản phẩm của công ty chúng tôi.

또이 세 져이 티에우 베 산 펌 꾸어 꽁 띠 쭝 또이.

회사의 제품에 대해 소개할 때 쓰는 표현으로 회사에 대해 설명하는 상황입니다.

대화문 1

A Tôi sẽ giới thiệu về sản phẩm của công ty chúng tôi.

저희 제품에 대해 소개하겠습니다.

B Đây là sản phẩm tiêu biểu của quý công ty ạ?

이것은 귀사의 대표 제품인가요?

A Đúng vậy. Đây là sản phẩm bán chạy nhất ở công ty chúng tôi.

그렇습니다, 폐사에서 가장 잘 팔리는 제품입니다.

B Thì ra là vậy. Anh hãy giới thiệu qua về nó cho tôi.

그렇군요, 간단하게 소개해주세요.

단어 sản phẩm 제품 tiêu biểu 대표 bán chạy 잘 팔리다

40

 대화문 2

A Tôi sẽ giới thiệu về sản phẩm của công ty chúng tôi.

저희 제품에 대해 소개하겠습니다.

B Đây là sản phẩm mới nhất của quý công ty phải không?

이것은 귀사의 가장 최신 제품인가요?

A Vâng, đây là sản phẩm chúng tôi mới sản xuất gần đây.

네, 가장 최근에 개발된 것입니다.

B Anh hãy giới thiệu về chức năng sản phẩm cho tôi.

제품의 기능에 대해 소개해주세요.

단어 mới nhất 최신 gần đây 최근 chức năng 기능

다양한 표현

Tôi sẽ giới thiệu về sản phẩm được cấp giấy chứng nhận của công ty chúng tôi.

제가 우리 회사의 특허품을 소개하겠습니다.

Công ty chúng tôi được trang bị năng lực kỹ thuật mạnh mẽ.

우리 회사는 강력한 기술 능력을 갖추었습니다.

Tôi sẽ giới thiệu về năng lực cạnh tranh trọng tâm của công ty chúng tôi.

우리 회사의 핵심 경쟁력을 소개하겠습니다.

짧은 시간이었지만 매우 유익한 자리였습니다.

Dù chỉ là một khoảng thời gian ngắn ngủi nhưng hôm nay là một buổi nói chuyện rất có ích.

주 찌 라 못 코앙 터이 잔 응안 응우이 능 홈 나이 라 못 부오이 노이 쭈이엔 젓 꼬 익.

미팅을 마치고 난 뒤 말할 수 있는 표현으로 다음을 기약하며 약속을 정하는 상황입니다.

 대화문 1

A Dù chỉ là một khoảng thời gian ngắn ngủi nhưng hôm nay là một buổi nói chuyện rất có ích.

비록 짧은 시간이었지만 매우 유익한 자리였습니다.

B Tôi cũng đã được học hỏi thêm nhiều điều từ đội trưởng Mạnh.

저도 마잉 팀장님으로부터 많은 것을 배웠습니다.

A Lần sau nếu có thời gian nhất định hãy gặp lại nhé.

다음에 시간이 되면 꼭 다시 봐요.

B Vâng. Liên lạc thường xuyên nhé.

알겠습니다. 자주 연락해요.

단어 học được nhiều điều 얻은 바가 꽤 많다   lần sau 다음
thường xuyên 자주

대화문 2

A Dù chỉ là một khoảng thời gian ngắn ngủi nhưng hôm nay là một buổi nói chuyện rất có ích.

비록 짧은 시간이었지만 매우 유익한 자리였습니다.

B Không có gì. Nhờ có anh mà tôi đã được học hỏi thêm nhiều điều.

별말씀을요. 덕분에 저도 많은 것을 배웠습니다.

A Lần sau khi nào chúng ta lại gặp nhau nhỉ?

저희 다음에 언제 다시 만날까요?

B Chúng ta hãy giữ liên lạc thường xuyên, nếu có thời gian thì uống tách trà nhé.

우리 자주 연락하고, 시간이 되면 차 한잔해요.

단어 có ích 유익하다 ngắn ngủi 짧다 lại 다시

다양한 표현

Chuyến công tác lần này rất thuận lợi.
이번 출장은 매우 순조로웠습니다.

Tôi xin cảm ơn những nỗ lực và hỗ trợ của tất cả mọi người.
모든 분들의 지지와 노력에 감사드립니다.

Nhờ có sự nỗ lực của các bạn mà chuyến công tác của tôi đã kết thúc thuận lợi.
여러분들의 노력 덕분에 출장을 순조롭게 마쳤습니다.

Unit 017

이 기간 동안 덕분에 잘 있다가 갑니다.

Trong khoảng thời gian này nhờ có bạn mà tôi đã rất thoải mái.

쫑 코앙 터이 잔 나이 녀 꼬 반 마 또이 다 젓 토아이 마이.

미팅을 다 마치고 귀국길에 오르기 전에 말할 수 있는 표현으로 다음을 기약
하는 상황입니다.

 대화문 1

Ⓐ Đội trưởng Mạnh, trong khoảng thời gian này
nhờ có bạn mà tôi đã rất thoải mái.
마잉 팀장님, 이 기간 동안 덕분에 잘 있다가 갑니다.

Ⓑ Đội trưởng Lee quá lời rồi. Tôi mong rằng anh
đã có khoảng thời gian thoải mái.
이 팀장님, 별말씀을요. 유쾌한 시간을 보내셨길 바랍니다.

Ⓐ Tôi đã rất thoải mái. Thật sự tôi sẽ nhớ về
chuyến đi rất nhiều.
매우 유쾌했어요. 정말 생각이 많이 날 것 같아요.

Ⓑ Lần sau có cơ hội mong anh sẽ quay lại đây
nhé.
다음에 기회가 되면 다시 오시기를 바랍니다.

단어 thời gian 기간　nhớ 그리워하다　thoải mái 유쾌한, 편안한
quay lại 돌아오다

44

대화문 2

A Trong khoảng thời gian này nhờ có bạn mà tôi đã rất thoải mái.

이 기간 동안 덕분에 잘 있다가 갑니다.

B Thật tiếc quá. Nếu anh có thể ở lại thêm thì thật tốt.

정말 아쉽네요. 더 있다가 가시면 좋은데요.

A Lần sau nếu có cơ hội tôi sẽ trở lại.

다음에 기회가 있으면 다시 오겠습니다.

B Vâng. Anh về mạnh khoẻ. Thường xuyên liên lạc nhé.

알겠습니다. 잘 돌아가시고요. 자주 연락해요.

단어   nhờ có 덕분에   về 돌아가다

다양한
표현

Tôi xin cảm ơn về những điều mà tất cả mọi người đã giúp đỡ tôi.

모든 분이 저를 도와주신 것에 대해 감사드립니다.

Cảm ơn vì đã cho tôi cơ hội.

저에게 기회를 주셔서 감사합니다.

Tôi xin cảm ơn vì anh luôn luôn ủng hộ tôi.

줄곧 저를 지지해줘서 정말 감사합니다.

제가 차를 보내 모시도록 하겠습니다.
Tôi sẽ điều xe ra đón anh.

또이 세 디에우 세 자 돈 아잉.

공항에 도착한 후 고객사에서 차를 보내 모신다고 할 때 쓸 수 있는 표현으로 공항에 도착했을 때의 상황입니다.

 대화문 1

A Đội trưởng Mạnh. Anh đã tới sân bay chưa?

마잉 팀장님, 공항에 도착했나요?

B Vâng, tôi vừa mới tới.

네, 막 도착했습니다.

A Tôi sẽ điều xe ra đón anh. Anh chờ một chút nhé.

네, 제가 차를 보내 모시도록 하겠습니다. 잠시만 기다리세요.

B Vâng. Cảm ơn anh.

알겠습니다. 고맙습니다.

단어   sân bay 공항   vừa mới 막   điều 보내다   xe 차

대화문 2

A Đội trưởng Mạnh, khoảng mấy giờ thì anh tới sân bay ạ? Tôi sẽ gọi xe ra đón anh.

마잉 팀장님, 대략 몇 시 정도에 공항에 도착하시나요? 제가 차를 보내 모시도록 하겠습니다.

B Khoảng 8 giờ tối tôi đến nơi. Hình như hơi phiền anh quá.

저녁 8시 정도에 도착합니다. 번거롭게 해드리는 것 같네요.

A Anh khách sáo quá. Đây là việc đương nhiên tôi phải làm rồi.

별말씀을요. 당연히 해야 할 일이죠.

B Thật sự cảm ơn anh.

정말 감사합니다.

단어 khoảng 정도   phiền 번거롭게 하다, 귀찮게 하다

다양한 표현

Tôi đã chuẩn bị xong hết. Anh đừng lo lắng.

저는 이미 준비가 다 되었습니다. 걱정하지 마세요.

Mấy giờ tôi cử người đến thì được?

제가 몇 시에 사람을 보내면 좋을까요?

Tôi tự đi bằng taxi cũng được.

저 스스로 택시타고 가면 됩니다.

전 여기서 이만 인사를 드리겠습니다.

Tôi xin phép chào tạm biệt tại đây.

또이 신 펩 짜오 땀 비엣 따이 더이.

미팅을 마치고 헤어질 때 쓸 수 있는 표현으로 다음을 기약하는 상황입니다.

 대화문 1

A Tôi xin phép chào tạm biệt tại đây. Rất cảm ơn sự quan tâm của anh.
전 여기서 이만 인사를 드릴게요. 관심과 돌봐주심에 감사드립니다.

B Thật tiếc quá. Tôi muốn anh ở lại thêm chút nữa.
정말 아쉽네요. 더 계시길 바라는데요.

A Tôi cũng nghĩ thế nhưng tôi có việc nên chắc phải xin phép về trước.
저도 그렇게 생각하지만 일이 있어서 먼저 가야겠어요.

B Vâng. Sau này thường xuyên liên lạc nhé.
알겠습니다. 앞으로 자주 연락해요.

단어 sự quan tâm 관심   tiếc 아쉽다   trước 먼저

대화문 2

Part 1

소개/만남 중

A Tôi xin phép chào tạm biệt tại đây. Rất cảm ơn sự quan tâm của anh.

전 여기서 이만 인사를 드릴게요. 관심과 돌봐주심에 감사드립니다.

B Anh khách sáo quá. Đây là chuyện đương nhiên tôi phải làm.

별말씀을요. 당연히 해야 할 일이죠.

A Nếu có thời gian anh hãy tới Hàn Quốc chơi nhé.

시간이 되시면 꼭 한국에 놀러 오세요.

B Vâng. Nhất định tôi sẽ tới.

알겠습니다. 꼭 그러겠습니다.

단어   chơi 놀다   nhất định 반드시

다양한 표현

Chắc là tôi phải đi trước rồi.
저는 먼저 가봐야 할 것 같습니다.

Mấy ngày nay anh cũng vất vả rồi.
요 며칠 당신도 수고하셨습니다.

Anh về hãy chuyển lời hỏi thăm tới đội trưởng Park giúp tôi nhé.
돌아가서 박 팀장님에게 안부 전해주세요.

49

앞으로 자주 연락했으면 좋겠습니다.

Tôi mong rằng sau này chúng ta sẽ liên lạc thường xuyên.

또이 몽 장 사우 나이 쭝 따 세 리엔 락 트엉 쑤이엔.

향후에 자주 연락을 하자는 표현으로 좋은 관계를 계속 유지하자고 하는 상황입니다.

대화문 1

🅐 Đội trưởng Lee, thật cảm ơn anh. Tôi mong rằng sau này chúng ta sẽ liên lạc thường xuyên.

이 팀장님, 정말 감사합니다. 앞으로 자주 연락했으면 좋겠습니다.

🅑 Vâng. Nếu anh cần gì giúp đỡ thì hãy nói với tôi nhé.

알겠습니다. 만약에 어떤 도움이 필요하면 꼭 말씀하세요.

🅐 Vâng. Nếu anh có gì cần giúp thì cứ nói với tôi nhé.

알겠습니다. 무슨 도움이 필요하시면 저에게도 말씀해주세요.

🅑 Vâng.

알겠습니다.

단어 thật 정말로 giúp đỡ 돕다 cần 필요하다

대화문 2

A Đội trưởng Lee, thật cảm ơn anh. Tôi mong rằng sau này chúng ta sẽ liên lạc thường xuyên.

이 팀장님, 정말 감사합니다. 앞으로 자주 연락했으면 좋겠습니다.

B Vâng. Nếu đến Hà Nội nhất định tôi sẽ liên lạc.

알겠습니다. 제가 하노이에 가면 꼭 연락드릴게요.

A Được thôi, tôi sẽ đãi anh món phở ngon nhất Hà Nội.

좋아요. 제가 가장 맛있는 하노이 쌀국수를 대접할게요.

B Vâng. Tôi rất mong đợi.

알겠습니다. 기대하겠습니다.

단어

phở Hà Nội 하노이 쌀국수   mong đợi 기대하다

 다양한 표현

Anh hãy giữ gìn sức khoẻ!
꼭 건강하세요!

Anh đi cẩn thận! Lần sau gặp lại!
조심히 가시고요! 다음에 또 봐요!

Chúng ta sau này thường xuyên liên lạc nhé.
우리 앞으로 자주 연락해요.

복습하기

Unit 001 마중 나와 주셔서 감사드립니다.
Xin cảm ơn vì anh đã ra đón tôi.
씬 깜언 비 아잉 다 자 돈 또이.

Unit 002 오시느라 수고하셨습니다.
Anh đã vất vả rồi.
아잉 다 벗 바 조이.

Unit 003 오래간만입니다.
Lâu rồi không gặp anh.
러우 조이 콩 갑 아잉.

Unit 004 제 명함입니다. 만나서 반갑습니다.
Đây là danh thiếp của tôi. Rất hân hạnh được gặp anh.
더이 라 자잉 티엡 꾸어 또이. 젓 한 하잉 드억 갑 아잉.

Unit 005 저는 베트남 시장을 담당하고 있습니다.
Tôi đang phụ trách thị trường Việt Nam.
또이 당 푸 짜익 티 쯔엉 비엣 남.

Unit 006 저는 영업부에서 일합니다.
Tôi đang làm việc tại bộ phận kinh doanh.
또이 당 람 비엑 따이 보 펀 낑 조아잉.

Unit 007 말씀 많이 들었습니다.
Tôi đã nghe nói nhiều về anh.
또이 다 응예 노이 니에우 베 아잉.

Unit 008 앞으로 잘 부탁드립니다.
Sau này mong anh giúp đỡ.
사우 나이 몽 아잉 줍 더.

Unit 009 제가 어떻게 호칭을 해야 할까요?
Tôi phải xưng hô như thế nào?
또이 파이 승 호 느 테 나오?

Unit 010 이분은 영업부 부장님이십니다.
Đây là Trưởng phòng bộ phận kinh doanh.
더이 라 쯔엉 퐁 보 펀 낑 조아잉.

Unit 011 메일로만 인사를 드리다가 직접 인사를 하게 됐네요.

Tôi mới chỉ chào hỏi anh qua email cuối cùng thì hôm nay đã được trực tiếp gặp mặt rồi.

또이 머이 찌 짜오 호이 아잉 꽈 이메일 꾸오이 꿍 티 홈 나이 다 드억 쯕 띠엡 갑 맛 조이.

Unit 012 회사에 대해 간단하게 소개를 드리겠습니다.

Tôi sẽ giới thiệu sơ qua về công ty.

또이 세 져이 티에우 서 꽈 베 꽁 띠.

Unit 013 귀사에 대해 간단히 소개 좀 해주시겠어요?

Anh có thể giới thiệu sơ qua về quý công ty được không?

아잉 고 테 져이 티에우 서 꽈 베 뀌 꽁 띠 드억 콩?

Unit 014 우선 저희 직원들을 소개하겠습니다.

Đầu tiên tôi sẽ giới thiệu về nhân viên của chúng tôi.

더우 띠엔 또이 세 져이 티에우 베 년 비엔 꾸어 쭝 또이.

Unit 015 저희 제품에 대해 소개하겠습니다.

Tôi sẽ giới thiệu về sản phẩm của công ty chúng tôi.

또이 세 져이 티에우 베 산 펌 꾸어 꽁 띠 쭝 또이.

Unit 016 짧은 시간이었지만 매우 유익한 자리였습니다.

Dù chỉ là một khoảng thời gian ngắn ngủi nhưng hôm nay là một buổi nói chuyện rất có ích.

주 찌 라 못 코앙 터이 잔 응안 응우이 능 홈 나이 라 못 부오이 노이 쭈이엔 젓 꼬 익.

Unit 017 이 기간 동안 덕분에 잘 있다가 갑니다.

Trong khoảng thời gian này nhờ có bạn mà tôi đã rất thoải mái.

쫑 코앙 터이 잔 나이 녀 꼬 반 마 또이 다 젓 토아이 마이.

Unit 018 제가 차를 보내 모시도록 하겠습니다.

Tôi sẽ điều xe ra đón anh.

또이 세 디에우 세 자 돈 아잉.

Unit 019 전 여기서 이만 인사를 드리겠습니다.

Tôi xin phép chào tạm biệt tại đây.

또이 신 펩 짜오 땀 비엣 따이 더이.

Unit 020 앞으로 자주 연락했으면 좋겠습니다.

Tôi mong rằng sau này chúng ta sẽ liên lạc thường xuyên.

또이 몽 장 사우 나이 쭝 따 세 리엔 락 트엉 쑤이엔.

베트남 비즈니스 문화

명함 (Danh thiếp, 자잉 티엡)

어디에서나 명함은 비즈니스 관계에서 중요한 요소입니다. 이를 통해 직함과 같은 상대의 중요한 정보를 알 수 있기 때문입니다. 그러나 베트남의 명함 속 직함은 한국과는 다소 차이가 있습니다. 한국은 대리, 과장, 부장, 팀장, 차장 등 많은 직함이 있고 모두 사용되지만 이와 달리 베트남은 많은 직함이 Trưởng phòng(과장, 부장)과 같은 일부 직함으로 통합되어 사용됩니다.

한국의 직함으로 번역하여 생각했을 때에 상대방을 직급이 낮은, 의사결정권이 없는 자로 생각하기 쉽지만 그렇지 않은 경우가 많습니다. 따라서 이럴 때에는 명함 뒤의 영문으로 된 직함이 'Director'로 표기되어 있는지를 확인하면 됩니다. 베트남은 사장(Giám đốc), 부사장(Phó giám đốc), 부장(Trưởng phòng) 등과 같은 직위와 상관없이 의사결정권이 있는 사람을 영문상 Director로 표기하기 때문입니다.

호칭 (Xưng hô, 승 호)

베트남에서 관리자와 직원 간의 호칭을 듣고 놀라는 한국 사람이 많습니다. 베트남과 한국의 호칭 문화가 다르기 때문입니다. 베트남은 한국보다 책임자와 사원 사이의 관계가 친밀하며 이는 호칭에서 나타납니다. 보통 대표가 남자일 경우에 사원은 대표를 Anh(아잉), 여자일 경우에는 Chị(찌)로 호칭합니다. 이는 각각 형, 오빠 / 누나, 언

니의 뜻을 가지고 있습니다. 한국에서는 상상할 수 없는 일이지만 베트남에서는 나이 차이가 크지 않은 손윗사람을 anh/chị로 호칭합니다. 나이 차이가 큰 경우에는 Ông(옹, 어르신)이나 Chú(쭈, 삼촌) 또는 Bà(바, 어르신)으로 호칭합니다.

Part

2

미팅 중

고객사 사무실에 도착하여 고객사와 향후 진행 일정에 대해
미팅을 하고 있습니다. 향후 진행 방법, 계약조건 및
여러 가지 상황에 대해 이야기합니다.

021 우선 무엇부터 이야기할까요?

022 오늘 일정에 대해 먼저 말씀드리겠습니다.

023 요즘 일은 어떠신가요?

024 그것은 사장님과 상의를 해봐야 할 것 같아요.

025 이 부분은 우선 상황을 보고 다시 이야기 하죠.

026 귀사에서 보낸 메일은 이미 받았어요.

027 샘플은 조만간 보내겠습니다.

028 그 부분은 영업부에서 협상을 하고 있습니다.

029 서로 협력해서 함께 발전합시다.

030 다음 미팅은 언제인가요?

031 잠깐 쉬었다가 다시 진행하시죠.

032 우리 서로 양보하죠.

033 대금결제기한은 15일입니다.

034 신용장은 개설하셨나요?

035 제가 책임지고 결정하겠습니다.

036 원하시는 계약조건은 있으신가요?

037 내일 바로 계약하시죠.

038 이야기하는 김에 이번 내용의 세부사항도 같이 이야기하시죠.

039 저희는 어쩔 수 없이 가격을 올려야 합니다.

040 오늘은 여기까지 하겠습니다.

우선 무엇부터 이야기할까요?

Trước tiên tôi nên bắt đầu nói từ đâu nhỉ?

쯔억 띠엔 또이 넨 벗 더우 노이 뜨 더우 니?

미팅을 하기 전에 어떤 주제에 대해 말할 때 쓸 수 있는 표현으로 이야기를 시작할 때의 상황입니다.

 대화문 1

🅰 Trước tiên tôi nên bắt đầu nói từ đâu nhỉ?
우선 무엇부터 이야기할까요?

🅱 Anh đừng căng thẳng. Anh nói gì cũng được.
긴장하지 마시고요, 무슨 이야기든 괜찮습니다.

🅰 Vậy thì tôi sẽ giới thiệu sơ qua về mình.
그럼 제 소개를 간단하게 하겠습니다.

🅱 Tốt thôi.
좋습니다.

단어 tự 스스로   căng thẳng 긴장하다

A Trước tiên tôi nên bắt đầu nói từ đâu nhỉ?
우선 무엇부터 이야기할까요?

B Đầu tiên anh hãy nói về suy nghĩ của bản thân.
우선 당신의 생각을 말해보세요.

A Vâng. Vậy thì tôi xin nói sơ qua.
알겠습니다. 그럼 제가 간단히 말해보겠습니다.

B Vâng. Bây giờ anh hãy bắt đầu nhé.
알겠습니다. 지금 시작하시죠.

단어 suy nghĩ 생각   bây giờ 지금

다양한 표현

Chúng ta nói gì trước tiên nhỉ?
우리 먼저 무슨 이야기를 하죠?

Trước tiên hãy nói ý kiến của mình.
먼저 의견을 말씀해보세요.

Gần như sắp hết thời gian rồi. Chúng ta hãy bắt
đầu trước.
시간이 거의 다 되었네요. 우리 먼저 시작하죠.

59

Unit 022

오늘 일정에 대해 먼저 말씀드리겠습니다.

Tôi xin nói trước về lịch trình của tôi ngày hôm nay.

또이 신 노이 쯔억 베 릭 찡 꾸어 또이 응아이 홈 나이.

일정에 대해 말할 때 쓸 수 있는 표현으로 일정을 변경하거나 계획할 때의 상황입니다.

 대화문 1

A Tôi xin nói trước về lịch trình của tôi ngày hôm nay.

오늘 일정에 대해 먼저 말씀드리겠습니다.

B Hôm nay lịch trình của anh bị kín hết rồi sao?

오늘 당신의 일정이 꽉 차 있나요?

A Không phải vậy. Tôi vừa đủ thời gian.

그렇지 않고, 그런대로 괜찮습니다.

B Nếu như anh có thời gian tôi muốn cùng anh dùng bữa.

만약에 시간이 되면 같이 식사를 하고 싶습니다.

단어
lịch trình 일정   hết ~이 다하다   thời gian 시간

A Tôi xin nói trước về lịch trình tôi ngày hôm nay.
오늘 일정에 대해 먼저 말씀드리겠습니다.

B Nếu như hôm nay bận lần sau chúng ta đi cũng được.
만약에 오늘 바쁘면 우리 다음에 가도 됩니다.

A Tôi biết rồi. Tôi xem tình hình thế nào rồi sẽ liên lạc lại sau.
알겠습니다. 상황을 보고 다시 알려드릴게요.

B Vâng.
좋습니다.

Part 2
미팅 중

단어 lần sau 다음에   tình hình 상황

다양한
표현

Khi nào thì tiện cho anh?
언제가 편하신가요?

Vậy thì trước tiên tôi sẽ xem lịch trình rồi liên lạc lại.
그럼 우선 일정을 보고, 제가 연락드릴게요.

Mấy giờ tôi đến thì tiện cho anh?
제가 몇 시에 가는 것이 편하신가요?

요즘 일은 어떠신가요?

Dạo này công việc của anh thế nào?

자오 나이 꽁 비엑 꾸어 아잉 테 나오?

안부를 물을 때 쓸 수 있는 표현으로 안부 및 일정에 대해 이야기할 때의 상황입니다.

대화문 1

Ａ Đội trưởng Lee, dạo này công việc của anh thế nào?

이 팀장님. 요즘 일은 어떠신가요?

Ｂ Bình thường anh ạ, nhưng tôi có 1 vấn đề nhỏ.

그런대로요. 그런데 작은 문제가 있어요.

Ａ Thế à? Anh có cần tôi giúp gì không?

그래요? 저의 도움이 필요하신가요?

Ｂ Tốt quá. Ngày mai anh có thời gian không?

좋습니다. 내일 시간이 되시나요?

단어 công việc 일, 사업 vấn đề 문제

A Đội trưởng Lee, dạo này công việc của anh thế nào?

이 팀장님, 요즘 일은 어떠신가요?

B Cũng tương đối thuận lợi. Ngày mai nếu anh có thời gian anh có thể đến giúp tôi được không?

비교적 순조롭습니다. 내일 시간이 되시면 오셔서 저를 도와주세요.

A Tốt thôi. Khoảng mấy giờ?

좋습니다. 몇 시 정도예요?

B Tầm 10 giờ sáng.

오전 10시 정도요.

단어　tương đối 비교적　thuận lợi 순조롭다

다양한
표현

Dạo này anh sống thế nào?

요즘 어떻게 지내세요?

Dạo này anh sống tốt chứ?

요즘 잘 지내시나요?

Dạo này anh có việc gì không?

요즘 무슨 일 있나요?

그것은 사장님과 상의를 해봐야 할 것 같아요.

Cái đó chắc tôi phải hỏi ý kiến của giám đốc.

까이 도 짝 또이 파이 호이 이 끼엔 꾸어 잠 독.

중요한 안건에 대해서는 보고를 해야 한다고 할 때 쓸 수 있는 표현으로 문제가 생길 때 보고나 약속 시간에 대해 확인하는 상황입니다.

대화문 1

🄰 Cái đó chắc tôi phải hỏi ý kiến của giám đốc.

그것은 사장님과 상의를 해봐야 할 것 같아요.

🄱 Vâng. Giám đốc anh khi nào có thời gian?

알겠습니다. 사장님은 언제 시간이 되시나요?

🄰 Khoảng 3 giờ chiều. Chắc là ông ấy sẽ có thời gian.

오후 3시 정도요. 아마도 시간이 되실 겁니다.

🄱 Vâng. Cảm ơn anh.

알겠습니다. 고맙습니다.

단어 giám đốc 사장님 hỏi ý kiến 상의하다

A Cái đó chắc tôi phải hỏi ý kiến của giám đốc.
그것은 사장님과 상의를 해봐야 할 것 같아요.

B Tôi cũng nghĩ như vậy. Giám đốc bây giờ có ở văn phòng không?
저도 그렇게 생각해요. 사장님은 지금 사무실에 계시나요?

A Ông ấy vừa ra ngoài. Chiều sẽ quay trở lại.
방금 나가셨네요. 오후에 돌아오실 겁니다.

B Nếu vậy thì chiều tôi sẽ đến để gặp giám đốc.
그러면 오후에 사장님 뵈러 가요.

단어
văn phòng 사무실   ra ngoài 나가다   chiều 오후

다양한
표현

Hãy thảo luận lại.
다시 상의하죠.

Hãy thông cảm cho tôi.
다시 양보 좀 해주세요.

Tôi sẽ thử báo cáo lại với đội trưởng.
저희 팀장님께 다시 보고를 드려볼게요.

이 부분은 우선 상황을 보고 다시 이야기 하죠.

Về phần này trước tiên tôi phải xem xét lại tình hình rồi nói chuyện tiếp nhé.

베 펀 나이 쯔억 띠엔 또이 파이 쎔 쎗 라이 띵 힝 조이 노이 쭈이엔 띠엡 네.

어떤 민감한 부분에 대해 다시 이야기하자고 할 때 쓸 수 있는 표현으로 추후에 다시 시간을 정하자고 하는 상황입니다.

 대화문 1

A Về phần này trước tiên tôi phải xem xét lại tình hình rồi nói chuyện tiếp nhé.

이 부분은 우선 상황을 보고 다시 이야기하죠.

B Tốt thôi. Nhưng không còn nhiều thời gian nên cần phải nhanh lên.

좋습니다. 그런데 시간이 많지가 않으니 서둘러보죠.

A Vậy thì bây giờ tôi sẽ đi báo cáo ngay.

그러면 지금 바로 보고할게요.

B Tốt quá. Chúng ta cùng đi đi.

좋습니다. 우리 같이 가요.

단어 báo cáo 보고하다   nhanh 빠른

A Về phần này trước tiên tôi phải xem xét lại tình hình rồi nói chuyện tiếp nhé.

이 부분은 우선 상황을 보고 다시 이야기하죠.

B Ý kiến hay đấy. Bây giờ chúng ta đi ngay chứ.

좋은 생각입니다. 지금 바로 가죠.

A Bây giờ giám đốc không có đây, chiều nay cùng đi thử xem sao.

지금 사장님이 안 계시니, 오후에 같이 가봐요.

B Tôi biết rồi. Tôi sẽ đợi ở văn phòng.

알겠습니다. 사무실에서 기다릴게요.

단어
ý kiến 생각   cùng 함께

다양한 표현

Chúng ta hãy xem xét tình hình rồi nói chuyện lại.

우리 우선 상황을 보고 다시 말해요.

Hãy tiến hành theo như ý kiến của anh.

당신의 의견대로 진행하시죠.

Chúng ta hãy cùng nêu ra nội dung cụ thể hơn.

우리 같이 자세한 내용을 이야기해요.

귀사에서 보낸 메일은 이미 받았어요.
Tôi đã nhận được email mà công ty anh gửi.
또이 다 녇 드억 이메일 마 꽁 띠 아잉 그이.

메일을 받았다고 할 때 쓸 수 있는 표현으로 메일 내용에 대해 확인을 요청하는 상황입니다.

 대화문 1

🅰 **Xin chào đội trưởng Lee. Tôi đã nhận được email mà công ty anh gửi.**
이 팀장님, 안녕하세요. 귀사에서 보낸 메일은 이미 받았어요.

🅱 **Thì ra là vậy. Anh xem xong thì trả lời lại cho tôi nhé.**
그렇군요. 보시고 나서 저에게 답해주세요.

🅰 **Vâng. Tối nay tôi sẽ trả lời.**
알겠습니다. 저녁에 제가 답할게요.

🅱 **Vâng. Cảm ơn anh.**
알겠습니다. 감사합니다.

단어 đã 이미   trả lời 회신하다

대화문 2

A Xin chào đội trưởng Lee. Tôi đã nhận được email mà công ty anh gửi.

이 팀장님, 안녕하세요. 귀사에서 보낸 메일은 이미 받았어요.

B Vâng. Anh đã xem chưa?

알겠습니다. 보셨나요?

A Tôi vẫn chưa xem được. Tôi sẽ xác nhận ngay.

아직 보지 못했어요. 제가 바로 확인할게요.

B Vâng. Anh xác nhận xong thì trả lời tôi nhé.

알겠습니다. 확인 후 저에게 답해주세요.

단어
xác nhận 확인하다   vẫn chưa 아직

다양한 표현

Anh đã nhận được email tôi gửi chưa?

제가 보낸 이메일 받으셨나요?

Anh đã xác nhận email tôi gửi chưa?

제가 보낸 이메일 확인하셨나요?

Tôi vẫn chưa nhận được anh hãy gửi lại cho tôi.

저희가 아직 받지 못했는데 다시 한번 보내주세요.

샘플은 조만간 보내겠습니다.

Tôi sẽ gửi sản phẩm mẫu sớm.

또이 세 그이 산 펌 머우 섬.

샘플을 보낸다고 할 때 쓸 수 있는 표현으로 샘플의 내용에 대해 말하는 상황입니다.

 대화문 1

🅐 **Xin chào đội trưởng Lee. Tôi sẽ gửi sản phẩm mẫu sớm.**

이 팀장님, 안녕하세요. 샘플은 조만간 보내겠습니다.

🅑 **Vâng. Vậy chắc là vài ngày nữa tôi sẽ nhận được sản phẩm mẫu nhỉ.**

알겠습니다. 샘플은 며칠 정도면 받겠네요.

🅐 **Khoảng 2 ngày sau anh có thể nhận được.**

이틀 후 정도면 받을 수 있습니다.

🅑 **Vâng. Cảm ơn anh.**

알겠습니다. 감사합니다.

단어 sản phẩm mẫu 샘플   gửi 보내다   vài ngày 며칠

70

대화문 2

🅐 Xin chào đội trưởng Lee. Tôi sẽ gửi sản phẩm mẫu sớm.

이 팀장님, 안녕하세요. 샘플은 조만간 보내겠습니다.

🅑 Vâng. Cảm ơn anh. Tổng là mấy loại sản phẩm mẫu?

알겠습니다. 감사합니다. 총 몇 종류의 샘플이죠?

🅐 Tổng là 12 loại, khoảng chiều mai anh có thể nhận được.

총 12종이고, 내일 오후 정도에 받으실 수 있습니다.

🅑 Vâng. Cảm ơn anh.

알겠습니다. 감사합니다.

단어

sớm 조만간   tổng 총   loại 종류

다양한
표현

Công ty anh có cung cấp sản phẩm mẫu miễn phí không?

귀사는 무료로 샘플을 제공하나요?

Anh phải trả tiền cho sản phẩm mẫu.

샘플은 돈을 지불해야 합니다.

Khoảng bao lâu tôi nhận được sản phẩm mẫu?

샘플 납기는 대략 얼마나 걸리나요?

Unit
028

그 부분은 영업부에서 협상을 하고 있습니다.

Phần đó chúng tôi đang đàm phán với bộ phận kinh doanh.

펀 도 쭝 또이 당 담 판 버이 보 펀 낑 조아잉.

안건에 대해서 협상을 진행 중이라고 할 때 쓸 수 있는 표현으로 협상의 결과
에 대해 말하는 상황입니다.

대화문 1

A Phần đó chúng tôi đang đàm phán với bộ phận
kinh doanh.

그 부분은 영업부에서 협상을 하고 있습니다.

B Vâng. Chắc sẽ được tiến hành ngay.

알겠습니다. 곧 진행이 되겠군요.

A Khoảng ngày mai sẽ có kết quả.

내일 정도면 결과가 나올 수 있어요.

B Vâng. Nếu có kết quả hãy cho tôi biết ngay
nhé.

알겠습니다. 결과가 나오면 바로 저에게 알려주세요.

단어
phần 부분   đàm phán 협상하다   kết quả 결과

🅐 Phần đó chúng tôi đang đàm phán với bộ phận kinh doanh.

그 부분은 영업부에서 협상을 하고 있습니다.

🅑 Hôm nay có ra kết quả không?

오늘 결과가 나올 수 있나요?

🅐 Tôi nghĩ rằng chắc là không có vấn đề gì. Nếu có kết quả tôi sẽ cho anh biết ngay.

문제가 없을 것 같다고 생각해요. 결과가 나오면 바로 알려드릴게요.

🅑 Vâng.

알겠습니다.

단어 nghĩ là ~라고 생각하다   không có ~이 없다   vấn đề 문제

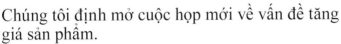

다양한
표현

Chúng tôi định mở cuộc họp mới về vấn đề tăng giá sản phẩm.

저희는 물가상승 문제에 대해 새롭게 미팅을 하려고 합니다.

Chúng tôi sẽ cân nhắc một cách nghiêm túc về lời yêu cầu của quý công ty.

저희는 귀사의 요구를 진지하게 고려해보겠습니다.

Tuần sau gặp lại chúng tôi sẽ nói các phần cụ thể hơn được không?

저희 다음 주에 다시 만나서 자세한 부분에 대해 말하는 것 어때요?

Unit 029

서로 협력해서 함께 발전합시다.

Hãy cùng nhau hợp tác và phát triển.

하이 꿍 냐오 협 딱 바 팟 찌엔.

상호 간에 좋은 관계를 유지하자고 할 때 쓸 수 있는 표현으로 앞으로 서로 협력하면서 지내자고 말하는 상황입니다.

 대화문 1

🅰 Đội trưởng Lee, chúng ta hãy cùng nhau hợp tác và phát triển.

이 팀장님, 우리 서로 협력해서 함께 발전합시다.

🅱 Đương nhiên rồi đội trưởng Mạnh, Sau này mong anh giúp đỡ.

당연하죠. 마잉 팀장님, 앞으로 잘 부탁드립니다.

🅰 Anh khách sáo quá. Sau này mong anh giúp đỡ tôi nhiều.

별말씀을요. 앞으로 많은 도움을 부탁드립니다.

🅱 Vâng. Chúng ta sẽ cùng nhau phát triển.

알겠습니다. 우리 같이 발전해요.

단어 phát triển 발전하다　hợp tác 협력하다
đương nhiên 당연하다

74

대화문 2

A Đội trưởng Lee, chúng ta hãy cùng nhau hợp tác và phát triển.

이 팀장님, 우리 서로 협력해서 함께 발전합시다.

B Không vấn đề gì. Sau này mong anh giúp đỡ.

문제없습니다. 앞으로 잘 부탁드립니다.

A Nếu sau này anh có việc gì cần giúp đỡ hãy nói với tôi bất cứ lúc nào.

만약에 무슨 도움 받을 일이 있으면 언제든지 말씀하세요.

B Vâng. Thật sự cảm ơn anh.

알겠습니다. 정말 감사합니다.

단어 bất cứ lúc nào 언제든지　giúp đỡ 돕다

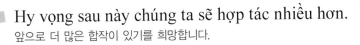
다양한
표현

Hy vọng sau này chúng ta sẽ hợp tác nhiều hơn.

앞으로 더 많은 합작이 있기를 희망합니다.

Hy vọng rằng sự hợp tác của chúng ta sẽ ngày càng phát triển.

저희의 합작이 한 단계 더 성장하기를 희망합니다.

Hy vọng sau này chúng ta sẽ cùng nỗ lực và phát triển.

앞으로 같이 노력하고, 같이 성장하기를 희망합니다.

다음 미팅은 언제인가요?

Cuộc họp lần sau diễn ra khi nào nhỉ?

꾸옥 헙 런 사우 지엔 자 키 나오 니?

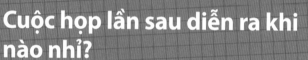

다음에 언제 다시 만나는지 물을 때 쓸 수 있는 표현으로 시간을 정하는 상황입니다.

 대화문 1

A Cuộc họp lần sau diễn ra khi nào nhỉ?
다음 미팅은 언제인가요?

B Chắc là vào thứ 6 tuần sau.
아마도 다음 주 금요일일 거예요.

A Anh vẫn ở đây đúng không?
여전히 이곳에 계실 거죠?

B Vâng.
네.

단어 chắc là 아마도 ~일 것이다   thứ 6 여섯 번째(금요일)
tuần sau 다음주

76

A Cuộc họp lần sau diễn ra khi nào nhỉ?
다음 미팅은 언제인가요?

B Tôi nghe nói là vào ngày mùng 2 tháng sau.
다음 달 2일로 들었어요.

A Khi đó tôi đi công tác nên hơi khó để tham gia được.
그때 제가 출장이어서 참석이 어렵네요.

B Tôi sẽ chuyển lời tới anh ấy.
제가 그에게 전달해드릴게요.

단어

nghe 듣다   đi công tác 출장 가다   tham gia 참가하다
chuyển lời 전달하다

 다양한 표현

Khi nào thì tương đối tiện cho anh?
언제가 비교적 편하신가요?

Khoảng khi nào anh có thời gian?
대략 언제 시간이 되시나요?

Ngày mai chúng tôi hơi bận nên lần sau gặp nhé.
저희가 내일 좀 바빠서 다음에 봐요.

잠깐 쉬었다가 다시 진행하시죠.

Nghỉ một lát rồi tiến hành tiếp nhé.

응히 못 랏 조이 띠엔 하잉 띠엡 녜.

잠시 휴식을 했다가 다시 진행하자고 할 때 쓰는 표현으로 컨디션에 대해 말하는 상황입니다.

 대화문 1

A Nghỉ một lát rồi tiến hành tiếp nhé.
잠깐 쉬었다가 다시 진행하시죠.

B Vâng. Trông anh có vẻ hơi mệt, đúng không?
알겠습니다. 좀 피곤해 보이시네요. 맞죠?

A Đúng vậy, tôi muốn uống 1 tách cà phê.
그렇네요. 커피 한잔 마시고 싶어요.

B Tôi sẽ lấy cho anh.
제가 가져다드릴게요.

단어 tiến hành 진행하다   mệt 피곤하다

78

A Nghỉ một lát rồi tiến hành tiếp nhé.
잠깐 쉬었다가 다시 진행하시죠.

B Hôm nay trông anh có vẻ hơi mệt.
오늘 보아하니 좀 피곤해보이시네요.

A Đúng vậy, hôm qua tôi không ngủ được.
맞아요, 어제 잘 못 잤어요.

B Vậy thì anh nghỉ ngơi chút đi. Tôi sẽ lấy cho anh cốc cà phê.
그러면 좀 쉬세요. 제가 커피 갖다 드릴게요.

단어
ngủ 자다 nghỉ ngơi 휴식하다

다양한
표현

Chúng ta ăn trước rồi bắt đầu lại nhé.
우리 먼저 식사를 하고, 그런 후에 다시 시작해요.

Chúng ta nghỉ ngơi uống tách cà phê nhé.
우리 우선 휴식을 하면서, 커피 한잔해요.

Chúng ta nghỉ ngơi trước rồi bắt đầu lại thì thế nào?
우리 우선 휴식하고 다시 시작하는 거 어때요?

우리 서로 양보하죠.

Chúng ta hãy thông cảm cho nhau chút.

쭝 따 하이 통 깜 쪼 냐우 쭛.

문제가 해결되지 않을 때 서로 양보를 하자고 말할 때 쓸 수 있는 표현으로 가격에 대해 협상을 하는 상황입니다.

대화문 1

🅰 Chúng ta hãy thông cảm cho nhau chút.

우리 서로 양보하죠.

🅱 Đây là giá thấp nhất của chúng tôi rồi.

이것은 이미 저희의 최저가입니다.

🅰 Nếu giá cả phù hợp thì sau này chúng ta sẽ hợp tác thường xuyên hơn.

만약에 가격이 맞으면, 이후에 자주 합작하도록 하죠.

🅱 Chúng tôi thật sự không thể giảm giá thêm được.

정말로 더 이상 가격을 내릴 수 없습니다.

단어 thông cảm 양보하다   giá cả 가격   phù hợp 알맞다, 적합하다
giảm giá 가격을 내리다

80

대화문 2

 Chúng ta hãy thông cảm cho nhau chút.
우리 서로 양보하죠.

 Được rồi. Vậy thì tôi sẽ hạ nó xuống một chút.
알겠습니다. 그러면 조금 낮춰 드릴게요.

 Cảm ơn anh. Tôi nghĩ chúng ta sẽ tiếp tục hợp tác trong tương lai.
감사합니다. 우리 계속해서 합작을 할 거라고 생각합니다.

 Vâng. Tôi hy vọng rằng sự hợp tác chúng ta sẽ tốt.
알겠습니다. 합작이 유쾌하기를 희망합니다.

단어

một chút 조금, 약간   xuống 낮추다

다양한
표현

Vậy thì chúng ta hãy nhượng bộ cho nhau một chút.
그럼 우리 서로 양보해요.

Giá này là hơi thấp.
이것은 약간 좀 낮네요.

Giá này quá cao, mong anh nhượng bộ một chút.
이 가격은 너무 높은데 다시 양보 좀 해주세요.

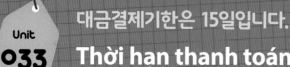

대금결제기한은 15일입니다.

Thời hạn thanh toán là 15 ngày.

터이 한 타잉 또안 라 15 응아이.

가격조건에 대해 말할 때 쓸 수 있는 표현으로 가격조건의 변경을 요청하는 상황입니다.

 대화문 1

🅰 Thời hạn thanh toán là 15 ngày, đúng không?
Chúng tôi sẽ gia hạn đến 20 ngày.

대금결제기한은 15일입니다. 맞죠? 20일로 연장할게요.

🅱 Chúng tôi bị áp lực nhiều, vì vậy thời hạn càng
dài thì càng tốt.

저희가 압박이 많아서 결제가 길면 길수록 좋습니다.

🅰 Thế thì 30 ngày nhé.

좋습니다. 30일로 하시죠.

🅱 Cảm ơn anh rất nhiều.

정말 감사합니다.

단어 gia hạn 연장   áp lực 압박   thanh toán 결제

A Thời hạn thanh toán là 15 ngày, đúng không?
대금결제기한은 15일입니다. 맞죠?

B Đúng rồi ạ. Anh có ý kiến khác không?
맞아요, 다른 의견이 있나요?

A Chúng tôi bị áp lực nhiều, vì vậy thời hạn càng dài thì càng tốt.
저희의 압박이 커서 길면 길수록 좋습니다.

B Chúng ta đã giao dịch trong một thời gian dài nên đổi thành 45 ngày nhé.
저희 오랫동안 거래해왔는데, 45일로 하시죠.

단어
ý kiến 의견   giao dịch 교역하다, 매매하다

Part 2

미팅 중

다양한 표현

Chúng tôi chỉ chấp nhận thanh toán L/C.
저희는 신용장의 결제조건으로만 진행됩니다.

Chúng tôi chỉ chấp nhận thanh toán trả ngay(D/P).
지급인도 조건에 따라 결제해요.

Chúng ta hãy thảo luận với các phương thức thanh toán khác nhau?
우리 다른 결제조건 방식으로 상의하는 것 어때요?

신용장은 개설하셨나요?
Anh đã mở thư tín dụng chưa?
아잉 다 머 트 띤 중 쯔어?

신용장 개설에 관한 표현으로 진행에 대해 말하는 상황입니다.

 대화문 1

🅐 **Anh đã mở thư tín dụng chưa?**
신용장은 개설하셨나요?

🅑 **Chưa ạ. Chiều nay tôi sẽ đi chuẩn bị.**
아직이요. 오후에 준비하러 가요.

🅐 **Mong anh hãy xử lý nhanh.**
빨리 처리해주세요.

🅑 **Vâng.**
알겠습니다.

단어 thư tín dụng 신용장 xử lý 처리하다 nhanh 빨리

84

A Anh đã mở thư tín dụng chưa?

신용장은 개설하셨나요?

B Tôi đã đi hôm nay nhưng tôi cần chuẩn bị tài liệu.

오늘 갔어요. 그런데 준비해야 할 자료들이 필요해요.

A Anh phải xử lý thật nhanh.

빨리 진행해야 돼요.

B Vâng.

알겠습니다.

단어 tài liệu 자료   chuẩn bị 준비하다

다양한 표현

Anh mở thư tín dụng chưa?
신용장 개설하셨나요?

Đây là lần cuối chúng ta mở thư tín dụng theo cách tương tự như trước đây.
마지막으로 예전과 같은 방식으로 신용장을 개설하죠.

Nếu chúng tôi không thể thanh toán bằng thư tín dụng thì hơi khó.
만약에 신용장 결제를 하지 못한다면 좀 힘들 것 같습니다.

제가 책임지고 결정하겠습니다.

Tôi sẽ quyết định và chịu trách nhiệm.

또이 쎄 꾸이엣 딘 바 찌우 짜익 니엠.

어떤 일에 대해 책임을 진다고 말할 때 쓸 수 있는 표현으로 진행에 관하여 말하는 상황입니다.

 대화문 1

Ⓐ Tôi sẽ quyết định và chịu trách nhiệm cho công việc này.

이 일은 제가 책임지고 결정하겠습니다.

Ⓑ Vâng. Anh hãy suy nghĩ cẩn thận và quyết định nhé.

알겠습니다. 꼭 잘 생각하고 나서 결정하세요.

Ⓐ Vâng. Tôi sẽ nghĩ cẩn thận.

알겠습니다. 잘 생각할게요.

Ⓑ Vâng. Đừng quá vội vàng.

그래요. 너무 서두르지 말고요.

단어   quyết định 결정하다   suy nghĩ 생각   vội vàng 서두르다

대화문 2

A Tôi sẽ quyết định và chịu trách nhiệm cho công việc này.

이 일은 제가 책임지고 결정하겠습니다.

B Vâng. Nhưng chúng tôi không có nhiều thời gian nên anh phải xử lý nó nhanh.

그래요. 그런데 시간이 많지 않으니 빨리 처리해야 합니다.

A Vâng. Khi nào tôi có thể trả lời?

알겠습니다. 언제 답을 드리면 될까요?

B Chiều mai nhé.

내일 오후요.

단어 công việc 일   trả lời 답하다   chiều 오후

다양한 표현

Giao lại cho tôi.

저한테 맡기세요.

Tôi sẽ chịu trách nhiệm.

제가 책임지겠습니다.

Nếu có vấn đề thì tôi sẽ giải quyết nó.

제가 책임을 질 겁니다.

Part 2 미팅 중

원하시는 계약조건은 있으신가요?

Anh có điều kiện hợp đồng nào anh muốn không?

아잉 꼬 디에우 끼엔 헙 동 나오 아잉 무온 콩?

계약조건에 대해 말하는 표현으로 계약기간 및 자세한 계약에 관해 이야기하는 상황입니다.

대화문 1

A Anh có điều kiện hợp đồng nào anh muốn không?

원하시는 계약조건은 있으신가요?

B Có ạ. Tôi muốn hạn hợp đồng 1 năm, được không?

있습니다. 계약기간을 1년으로 하기를 원하는데 가능한가요?

A Tất nhiên là được. Còn gì nữa không?

당연히 가능하죠. 또 다른 것이 있나요?

B Không có ạ.

없습니다.

단어 hợp đồng 계약   điều kiện 조건   hạn hợp đồng 계약기간

🅰 **Anh có điều kiện hợp đồng nào anh muốn không?**
원하시는 계약조건은 있으신가요?

🅱 **Có. Thời hạn hợp đồng ngắn hơn một chút được không?**
계약기간을 좀 짧게 할 수 없을까요?

🅰 **Thời hạn hợp đồng anh muốn là bao lâu?**
얼마의 기간을 원하시나요?

🅱 **Tôi nghĩ 1 năm là phù hợp hơn.**
제 생각에 1년이 비교적 적합한 것 같습니다.

단어　ngắn 짧은　phù hợp 적합하다

다양한
표현

Có bất đồng trong bản hợp đồng không?
계약서상에 의견이 불일치한 곳이 있어요?

Bạn có ý kiến gì về các điều khoản thanh toán không?
결제조건에 의견이 있으신가요?

Có vấn đề gì với các điều khoản khác?
기타 조항에 관해서 또 무슨 문제가 있나요?

Unit 037

내일 바로 계약하시죠.

Hãy ký hợp đồng vào ngày mai.

하이 당 끼 바오 응아이 마이.

계약을 진행하자고 할 때 쓸 수 있는 표현으로 계약 시간과 장소를 정하는 상황입니다.

대화문 1

Ⓐ Hãy ký hợp đồng vào ngày mai.
내일 바로 계약하시죠.

Ⓑ Vâng. Khi nào và ở đâu ạ?
좋습니다. 언제 어디서 할까요?

Ⓐ Chúng ta sẽ có mặt tại văn phòng của tôi lúc 10 giờ sáng ngày mai.
내일 오전 10시에 우리 회사 사무실에서 하죠.

Ⓑ Vâng. Tôi sẽ đến đúng 10 giờ sáng.
알겠습니다. 내일 오전 10시에 맞춰서 갈게요.

단어 văn phòng 사무실   đúng giờ 정확한 시간

대화문 2

A Hãy ký hợp đồng vào ngày mai.
내일 바로 계약하시죠.

B Ngày mai tôi không có thời gian thì ngày kia được không?
내일 제가 시간이 안 되는데, 모레 가능하시나요?

A Được ạ. Ngày kia 2 giờ chiều ở văn phòng công ty chúng tôi thì như thế nào?
좋습니다. 모레 오후 2시에 우리 회사 사무실에서 하는 거 어떠세요?

B Được ạ. Hẹn gặp lại vào ngày kia.
가능합니다. 모레 뵙겠습니다.

단어 　ngày kia 모레

 다양한 표현

Chúng ta hãy ký hợp đồng vào ngày mai.
내일 우리 계약을 하시죠.

Đây là một dự thảo hợp đồng. Anh hãy xem xét kỹ hợp đồng.
이것은 계약서 초안인데, 계약 내용을 자세히 보세요.

Tôi hài lòng với các điều khoản của hợp đồng.
저는 계약조건에 만족합니다.

이야기하는 김에 이번 내용의 세부사항도 같이 이야기하시죠.

Khi chúng ta nói chuyện, hãy nói về các nội dung chi tiết.

키 쭝 따 노이 쭈이엔, 하이 노이 베 깍 노이 중 찌 띠엣.

계약조건의 세부사항에 대해 이야기할 때 쓸 수 있는 표현으로 서로의 의견을 말하는 상황입니다.

 대화문 1

🅐 Khi chúng ta nói chuyện, hãy nói về các nội dung chi tiết.

이야기하는 김에 이번 내용의 세부사항도 같이 이야기하시죠.

🅑 Vâng. Anh muốn làm như thế nào?

알겠습니다. 어떻게 하는 것이 좋으신가요?

🅐 Tôi muốn nghe ý kiến các anh chị.

저는 여러분들의 의견을 듣고 싶습니다.

🅑 Vậy thì Đội trưởng Lee hãy cho ý kiến trước.

그럼 이 팀장님부터 말씀해보시죠.

단어 nội dung 내용 chi tiết 구체적 ý kiến 의견

대화문 2

A Khi chúng ta nói chuyện, hãy nói về các nội dung chi tiết.

이야기하는 김에 이번 내용의 세부사항도 같이 이야기하시죠.

B Chúng ta sẽ thảo luận chi tiết cụ thể tại cuộc họp tiếp theo.

구체적인 사항에 대해서는 다음 회의에서 토론을 진행할 겁니다.

A Hôm nay anh có thời gian không?

오늘 시간은 괜찮지 않으신가요?

B Có. Chúng ta hãy thảo luận các vấn đề với nhau.

가능합니다. 문제들을 같이 토론을 해봐야겠네요.

단어 về ~에 관하여   thảo luận 토론하다

다양한 표현

Tất cả các vấn đề trong hợp đồng hiện tại đã được giải quyết.

현재 계약서상의 모든 문제들이 해결되었습니다.

Nếu anh có bất kỳ vấn đề gì xin vui lòng cho tôi biết ngay lập tức.

만약에 무슨 문제가 있으면 바로 말씀해주세요.

Trước hết, hãy sửa đổi những gì chúng ta vừa nói.

우선 방금 우리가 말했던 내용을 수정하시죠.

저희는 어쩔 수 없이 가격을 올려야 합니다.

Chúng tôi phải tăng giá bất đắc dĩ.

쭝 또이 파이 땅 자 벗 닥 지.

가격에 관해 말할 때 쓸 수 있는 표현으로 가격에 대한 서로의 입장을 이야기 하는 상황입니다.

 대화문 1

A Xin lỗi nhưng chúng tôi bất đắc dĩ phải tăng giá.
죄송한데 저희가 어쩔 수 없이 가격을 올려야 합니다.

B Tôi hiểu nhưng tăng giá quá nhiều ạ.
저도 이해하지만 가격 상승이 너무 많은 것 같아요.

A Chúng tôi cũng không có cách nào khác. Anh thông cảm cho.
저희도 방법이 없네요. 이해 부탁드립니다.

B Vâng. Tôi sẽ xem xét.
알겠습니다. 제가 고려해보겠습니다.

단어 tăng giá 값이 오르다   hiểu 이해하다   cách 방법
xem xét 고려하다

대화문 2

A Xin lỗi nhưng chúng tôi bất đắc dĩ phải tăng giá.
죄송한데 저희가 어쩔 수 없이 가격을 올려야 합니다.

B Nhưng chúng ta đã hứa về giá lần trước rồi mà.
그렇지만 저희가 저번에 이미 가격에 대해 약속했잖아요.

A Tôi cũng biết nhưng giá đã tăng gần đây, vì vậy chúng tôi không có cách nào.
알고 있지만 최근에 물가가 상승해서, 저희도 방법이 없네요.

B Vâng, tôi biết rồi.
그럼 알겠습니다.

단어 bất đắc dĩ 어쩔 수 없이 giá 가격

다양한 표현

Chúng tôi sẽ báo giá lại cho quý công ty.
우리는 귀사에게 다시 견적을 드리겠습니다.

Tôi hy vọng anh có thể cung cấp giá cả hợp lý hơn.
더 합리적인 가격을 제시해주시기를 희망합니다.

Báo giá quý công ty đưa cho chúng tôi rất đắt.
귀사에서 주신 견적은 다소 비쌉니다.

Unit
040

오늘은 여기까지 하겠습니다.
Cuộc họp hôm nay kết thúc ở đây.

꾸옥 홉 홈 나이 껫 툭 어 더이.

미팅은 여기까지 하자고 할 때 쓸 수 있는 표현으로 이후의 상황에 대해 서로 묻는 상황입니다.

대화문 1

ⓐ Cuộc họp hôm nay kết thúc ở đây.
오늘은 여기까지 하겠습니다.

ⓑ Vâng, anh đã vất vả rồi. Anh về cẩn thận nhé.
그래요. 오늘 수고하셨습니다. 가시는 길 조심하시고요.

ⓐ Anh cũng vất vả rồi. Hẹn gặp lại vào ngày mai.
수고하셨어요. 내일 봬요.

ⓑ Vâng. Tạm biệt.
네. 안녕히 가세요.

단어 vất vả 고생하다 cẩn thận 조심하다

96

대화문 2

A Cuộc họp hôm nay kết thúc ở đây.

오늘은 여기까지 하겠습니다.

B Thời gian trôi đi nhanh quá. Tôi không nghĩ nó kết thúc nhanh như thế này.

시간이 정말 빠르게 가네요. 이렇게 빨리 끝나네요.

A Vâng. Bây giờ anh đi đâu ạ?

그러게요. 이제 어디로 가시나요?

B Tôi sẽ về nhà để nghỉ.

집에 가서 쉬려고요.

단어

thời gian trôi đi 시간이 흐르다   kết thúc 끝나다
để ~하기 위해

다양한 표현

Hôm nay chúng ta hãy kết thúc nói chuyện ở đây.

우리 오늘 여기까지 이야기하시죠.

Chúng ta đã nói đến đâu rồi nhỉ?

우리가 어디까지 말했죠?

Hẹn gặp lại lần sau.

우리 다음에 시간 잡아서 만나요.

복습하기

Unit 031 잠깐 쉬었다가 다시 진행하시죠.

Nghỉ một lát rồi tiến hành tiếp nhé.

응히 못 랏 조이 띠엔 하잉 띠엡 녜.

Unit 032 우리 서로 양보하죠.

Chúng ta hãy thông cảm cho nhau chút.

쭝 따 하이 통 깜 쪼 냐우 쭛.

Unit 033 대금결제기한은 15일입니다.

Thời hạn thanh toán là 15 ngày.

터이 한 타잉 또안 라 15 응아이.

Unit 034 신용장은 개설하셨나요?

Anh đã mở thư tín dụng chưa?

아잉 다 머 트 띤 중 쯔어?

Unit 035 제가 책임지고 결정하겠습니다.

Tôi sẽ quyết định và chịu trách nhiệm.

또이 쎄 꾸이엣 딘 바 찌우 짜익 니엠.

Unit 036 원하시는 계약조건은 있으신가요?

Anh có điều kiện hợp đồng nào anh muốn không?

아잉 꼬 디에우 끼엔 헙 동 나오 아잉 무온 콩?

Unit 037 내일 바로 계약하시죠.

Hãy ký hợp đồng vào ngày mai.

하이 당 끼 바오 응아이 마이.

Unit 038 이야기하는 김에 이번 내용의 세부사항도 같이 이야기하시죠.

Khi chúng ta nói chuyện, hãy nói về các nội dung chi tiết.

키 쭝 따 노이 쭈이엔, 하이 노이 베 깍 노이 중 찌 띠엣.

Unit 039 저희는 어쩔 수 없이 가격을 올려야 합니다.

Chúng tôi phải tăng giá bất đắc dĩ.

쭝 또이 파이 땅 자 벗 닥 지.

Unit 040 오늘은 여기까지 하겠습니다.

Cuộc họp hôm nay kết thúc ở đây.

꾸옥 홉 홈 나이 껫 툭 어 더이.

베트남의 부동산

최근 베트남은 '포스트 차이나'로 일컬어지면서 높은 경제성장률 및 앞으로의 발전 가능성으로 인해 많은 이들이 주목하고 투자를 희망합니다. 특히 앞으로 베트남의 성장과 함께 그 가치가 올라갈 베트남 부동산에 대한 관심이 매우 높으며, 베트남 토지와 건물의 소유권 규정이 한국과는 어떻게 다른지에 대한 많은 문의가 있습니다.

첫 번째로 베트남은 사회주의 공화국으로 민간 및 외국자본의 토지소유를 허용하지 않고 있습니다. 토지의 사용권만을 취득할 수 있는데, 인정 기간은 일반적으로는 50년이며 특수한 상황임이 인정되거나 외교 공관과 같은 특수 집단에 의한 경우에는 최대 90년까지 토지사용권이 인정되고 있습니다.

두 번째로 베트남은 한국의 '부동산 등기부등본'과 같은 자료를 인터넷에서 검색할 수 없습니다. 취득한 토지사용권의 권리 내용이 표창되는 자료가 있어야 할텐데 아직 베트남은 이와 같은 전산시스템을 구축하지 않은 상황입니다. 토지사용권은 'Red Book'과 'Pink Book'으로 불리는 2가지의 증서에 나타납니다. 커버페이지의 색상에 따라 구분되어 불리는 이 두 개의 증서는 과거 한국의 땅문서, 집문서와 같은 성격을 띠게 됩니다. Red book은 토지에 관한 정보를, Pink book은 토지와 건물에 관한 정보를 표창하게 됩니다.

세 번째로 외국인의 경우에는 베트남 내 주택 소유에 있어서 한도가 정해져 있습니다. 아파트의 경우에는 1개 아파트 총 세대의 30% 이내, 주택의 경우에는 각 ward 당 250채 이내로만 외국인이 주택을 소유할 수 있습니다.

마지막으로 외국 법인은 베트남 투자를 위해 토지사용권을 확보하는 데에 있어서 사업권 허가를 받아야 취득이 가능합니다. 외국법인의 경우, 토지사용권의 확보가 주로 정부 입찰을 통한 토지 확보와 기존 사용권자와의 매매 계약의 2가지 형태를 띄게 됩니다. 이 과정에서 외국법인은 반드시 베트남 정부로부터 사업 허가(라이센스 취득)를 받아야 합니다. 그러나 첨단기술이나 민감산업의 부문에서는 이러한 라이센스 취득과정이 매우 어렵거나 법률적으로 불가능합니다. (가령 홈쇼핑은 방송에 관한 라이센스 취득이 필수적이나, 베트남 법률상 방송부문은 외국인이 라이센스 취득을 할 수 없음)

*베트남 부동산에 관한 정보를 취득할 수 있는 웹사이트
http://batdongsan.com.vn

Part

3

업무 중

고객과 업무 및 출장과 관련하여 소통을 하는 경우가 많습니다.
업무의 이야기뿐만 아니라 업무 외적인 이야기를 고객과 소통할 수 있기 때문에
기본적인 생활의 대화 패턴에 대해서도 준비가 되어 있어야 합니다.

041 회의 시간이 바뀌었네요.

042 지금 회의 중인데 누구시죠?

043 돌아오면 연락하라고 하겠습니다.

044 죄송한데 이메일 주소 좀 알려주시겠어요?

045 제가 문자 드릴게요.

046 지금 밖인데 회사에 들어가서 다시 연락드릴게요.

047 오늘까지 마무리 지어야 돼요.

048 혹시 시간되면 도와줄 수 있나요?

049 이 일에 대해서는 해결을 해주셔야 할 것 같은데요.

050 이 자료 좀 복사해주실래요?

051 일은 할 만하세요?

052 업무 스트레스는 많지만 제 일을 좋아합니다.

053 보통 몇 시에 출근해서 몇 시에 퇴근하시나요?

054 베트남 고객이 많으신가요?

055 자료 준비 잘 되었나요?

056 출장은 얼마나 자주 가나요?

057 출장 결과는 어땠나요?

058 야근은 자주 하시나요?

059 스트레스는 어떻게 푸세요?

060 회식은 주로 어디에서 하시나요?

회의 시간이 바뀌었네요.
Thời gian họp đã thay đổi.
터이 잔 홉 다 타이 도이.

회의 시간이 변경되었을 때 사용하는 표현으로 시간 변경에 대해 말할 때의 상황입니다.

대화문 1

A Thời gian họp đã thay đổi.
회의 시간이 바뀌었네요.

B Vâng. Tôi đã nghe người ta nói ở cuộc họp lần trước.
맞아요. 저번 회의 때 말했었어요.

A Thế à? Tôi đã không nghe được.
그래요? 저는 듣지 못했어요.

B Lần sau cũng thời gian như vậy ạ.
이후에도 계속 이 시간이래요.

단어 thay đổi 바뀌다   nghe 듣다

A Thời gian họp đã thay đổi.
회의 시간이 바뀌었네요.

B Vâng. Tôi đổi sang 2 giờ chiều hôm nay.
네. 오늘 오후 2시로 바꿨어요.

A Lần sau cũng như vậy không ạ?
이후에도 계속 이 시간인가요?

B Không, chỉ lần này thôi.
아니요. 이번만이요.

단어 đổi sang~ 고쳐서 ~으로 하다   như vậy 이처럼
chỉ... thôi 오직...이다

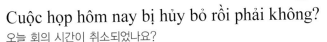

Cuộc họp hôm nay bị hủy bỏ rồi phải không?
오늘 회의 시간이 취소되었나요?

Cuộc họp hôm nay đã được kéo dài thêm một
giờ.
오늘 회의가 1시간 연장되었습니다.

Cuộc họp tuần này đã thay đổi thành 4:30 chiều.
이번 주 회의가 오후 4시 30분으로 변경되었습니다.

지금 회의 중인데 누구시죠?

Tôi đang họp, anh là ai thế?

또이 당 홉, 아잉 라 아이 테?

회의 중에 전화가 왔을 때 사용하는 표현으로 자리에 없어서 나중에 연락을 준다고 말하는 상황입니다.

대화문 1

A Tôi đang họp, anh là ai thế?

지금 회의 중인데, 누구시죠?

B Tôi là Lee Cheol từ công ty Phương Đông.

저는 동방회사의 이철입니다.

A Xin chào đội trưởng Lee. Tôi sẽ gọi cho anh sau cuộc họp, được chứ?

이 팀장님, 안녕하세요. 제가 회의가 끝나고 전화 드릴게요. 괜찮으실까요?

B Vâng.

알겠습니다.

단어 cuộc họp 회의

A Tôi đang họp, anh là ai thế?

지금 회의 중인데, 누구시죠?

B Tôi là Lee cheol từ công ty Phương Đông. Tôi có thể nói chuyện với đội trưởng Mạnh được không?

저는 동방회사의 이철인데, 마잉 팀장님을 찾습니다.

A Không ạ. Anh Mạnh đang trong một cuộc họp nên tôi sẽ cho anh Mạnh biết anh gọi.

마잉 팀장님은 지금 회의 중인데, 마잉 팀장님에게 알려드릴게요.

B Vâng. Cảm ơn anh.

알겠습니다. 고맙습니다.

단어
là ai? 누구?   nói chuyện 대화하다
để lại lời nhắn 말을 남기다

다양한
표현

Anh đang tìm ai?
어떤 분을 찾으세요?

Anh là ai?
누구시죠?

Anh ấy không ở đây ngay bây giờ. Anh có để lại lời nhắn gì không?
그가 지금 안 계신데, 남기실 말씀 있으신가요?

돌아오면 연락하라고 하겠습니다.

Khi nào anh ấy về, tôi sẽ nói với anh ấy gọi lại cho anh.

키 나오 아잉 어이 베, 또이 쎄 노이 버이 아잉 어이 고이 라이 쪼 아잉.

찾는 사람이 돌아오면 연락을 준다고 말할 때 쓸 수 있는 표현으로 메시지를 전달하겠다고 이야기하는 상황입니다.

 대화문 1

> A Khi nào anh ấy về, tôi sẽ nói với anh ấy gọi lại cho anh.
>
> 돌아오면 연락하라고 하겠습니다.

> B Khi nào anh ấy về?
>
> 언제 돌아오죠?

> A Tôi cũng không biết chính xác. Chắc là tuần sau anh ấy về.
>
> 저도 잘 모르겠어요. 아마도 다음 주일 겁니다.

> B Anh có thể cho tôi số điện thoại của anh ấy được không?
>
> 저에게 그의 전화번호를 주실 수 있나요?

단어   lại 다시   chính xác 명확하다   chắc là 아마도

108

A Khi nào anh ấy về, tôi sẽ nói với anh ấy gọi lại cho anh.

돌아오면 연락하라고 하겠습니다.

B Xin lỗi làm phiền anh. Tôi là Nguyễn Văn Mạnh đã liên lạc với anh ấy mấy ngày trước.

번거롭게 했네요. 저는 응우옌 반 마잉이고, 며칠 전에 그와 연락했었습니다.

A Vâng. Tôi sẽ chuyển lời giúp anh.

알겠습니다. 제가 전달해드리겠습니다.

B Cảm ơn anh nhiều.

그러면 감사하겠습니다.

단어 làm phiền 번거롭게 하다

다양한 표현

Sau khi anh ấy về, tôi sẽ nói cho anh ấy biết.

그가 돌아온 후에 제가 그에게 알려드릴게요.

Tôi sẽ cho anh ấy biết khi anh ấy quay lại.

좀 있다가 돌아오면 그에게 알려줄게요.

Tôi sẽ bảo anh ấy gọi cho anh.

전화 드리라고 그에게 알려줄게요.

죄송한데 이메일 주소 좀 알려주시겠어요?

Tôi xin lỗi, anh có thể cho tôi địa chỉ email được không?

또이 씬 로이, 아잉 꼬 테 쪼 또이 디아 찌 이메일 드억 콩?

이메일 주소를 알려달라고 할 때 쓸 수 있는 표현으로 핸드폰 번호나 이메일 주소를 알려주며 말하는 상황입니다.

 대화문 1

A Tôi xin lỗi, anh có thể cho tôi địa chỉ email được không?

죄송한데, 이메일 주소 좀 알려주시겠어요?

B Được, 12345@gmail.com ạ.

알겠습니다. 12345@gmail.com 입니다.

A Tôi sẽ kiểm tra xem. 12345@gmail.com đúng không ạ?

제가 확인해볼게요. 12345@gmail.com 이죠?

B Vâng. Anh có thể gửi nó cho tôi luôn được không?

맞아요. 지금 저에게 보내실 수 있나요?

단어 địa chỉ 주소   kiểm tra 확인하다

110

대화문 2

A Tôi xin lỗi, anh có thể cho tôi địa chỉ email được không?
죄송한데, 이메일 주소 좀 알려주시겠어요?

B Được, tôi sẽ gửi cho anh qua tin nhắn.
알겠습니다. 제가 문자로 보내드릴게요.

A Vâng. Số điện thoại của tôi là 13869537782 ạ.
알겠습니다. 제 핸드폰 번호는 13869537782입니다.

B Vâng. Tôi vừa gửi tin nhắn.
알겠습니다. 제가 지금 보냈어요.

단어

tin nhắn 문자 điện thoại 전화기

다양한
표현

Tôi gửi kết bạn cho anh vào zalo.
잘로에 추가할게요.

Tôi có thể gửi kết bạn vào zalo được không?
제가 잘로에 추가해도 될까요?

Tôi có thể thêm mã QR của anh được không?
제가 당신의 QR코드를 추가해도 될까요?

Unit 045

제가 문자 드릴게요.

Tôi sẽ nhắn tin cho anh.

또이 쎄 냔 띤 쪼 아잉.

문자를 준다고 할 때 쓸 수 있는 표현으로 전달하는 방식에 대해 말하는 상황입니다.

 대화문 1

🅐 Tôi sẽ nhắn tin cho anh.
제가 문자 드릴게요.

🅑 Vâng. Anh có thể gửi cho tôi luôn được không?
알겠어요. 지금 보내줄 수 있어요?

🅐 Được. Số anh là 13567895421, đúng không?
가능합니다. 전화번호가 13567895421, 맞죠?

🅑 Vâng.
네.

단어
nhắn tin 문자를 보내다   luôn 즉시   số 번호

112

A Tôi sẽ nhắn tin cho anh.
제가 문자 드릴게요.

B Bây giờ điện thoại của tôi không nhận tin nhắn được thì anh có thể gửi email cho tôi được không?
제 핸드폰이 지금 문자를 받을 수 없는데, 이메일로 주세요.

A Được. Tôi sẽ gửi nó ngay bây giờ.
알겠습니다. 지금 보낼게요.

B Vâng. Tôi sẽ gọi cho anh sau khi xác nhận xong.
알겠습니다. 제가 확인 후 전화 드릴게요.

단어 nhận 받다   email 우편함, 이메일

다양한
표현

Anh đã nhận được tin nhắn tôi gửi chưa?
제가 보낸 문자 받으셨나요?

Tôi chưa nhận được tin nhắn của anh.
저는 아직 보내신 문자를 받지 못했어요.

Tôi đã nhận được tin nhắn của anh rồi.
보내신 문자는 이미 받았어요.

지금 밖인데 회사에 들어가서 다시 연락드릴
게요.

Giờ tôi ở bên ngoài nên sau khi
tôi quay lại sẽ liên lạc cho anh.

져 또이 어 벤 응와이 넨 사우 키 또이 꽈이 라이 쎄 리엔 락 쪼 아잉.

다시 연락을 한다고 말할 때 쓸 수 있는 표현으로 시간을 조율하는 상황입니다.

대화문 1

🅰 Giờ tôi ở bên ngoài nên sau khi tôi quay lại sẽ
liên lạc cho anh.
지금 밖인데 회사에 들어가서 다시 연락드릴게요.

🅱 Vâng. Khoảng lúc mấy giờ ạ?
알겠습니다. 언제 정도요?

🅰 3 giờ chiều ạ. Được không anh?
오후 3시 정도요. 가능하세요?

🅱 3 giờ chiều tôi có cuộc họp nên 4 giờ chiều anh
hãy liên lạc cho tôi.
3시에는 제가 회의를 해서, 4시 정도에요.

단어 bên ngoài 밖   khoảng 대략

대화문 2

A Giờ tôi ở bên ngoài nên sau khi tôi quay lại sẽ liên lạc cho anh.

지금 밖인데 회사에 들어가서 다시 연락드릴게요.

B Vâng. Nhưng đây là việc gấp nên xin liên lạc cho tôi nhanh.

알겠습니다. 일이 좀 급해서 최대한 빨리 연락주세요.

A Khoảng 3 giờ chiều tôi về công ty nên sau một chút tôi liên lạc cho anh.

제가 3시 정도에 회사에 들어가니 좀 있다가 연락드릴게요.

B Vâng.

알겠습니다.

Part 3 업무 중

단어 việc 일   gấp 급한

Tháng sau chúng ta hãy lại gặp nhau.
우리 다음 달에 다시 한번 봐요.

Giờ tôi không tiện nhận điện thoại nên tôi sẽ gọi cho anh sau nhé.
제가 지금 전화 받기가 불편한데, 좀 있다가 전화 드릴게요.

Tôi sẽ gọi lại cho anh sau, được không?
제가 좀 있다가 전화 드릴게요. 괜찮으세요?

오늘까지 마무리 지어야 돼요.

Chúng ta phải hoàn thành việc này trong hôm nay.

쭝 따 파이 호안 타잉 비엑 나이 쫑 홈 나이.

어떤 일에 대해서 마무리해야 한다고 말할 때 쓸 수 있는 표현으로 진행 상황에 대해서 대화하는 상황입니다.

 대화문 1

🅐 Chúng ta phải hoàn thành việc này trong hôm nay.

오늘까지 마무리 지어야 돼요.

🅑 Vì số lượng quá nhiều nên không thể hoàn thành được.

수량이 너무 많아서 약간 곤란합니다.

🅐 Vậy thì chúng ta phải làm thêm.

그러면 야근할 수밖에 없네요.

🅑 Tôi quá mệt mỏi vì đã làm thêm 2 đêm rồi.

이미 이틀 야근을 해서 너무 피곤해요.

단어
hoàn thành 완성하다   làm thêm 야근하다

대화문 2

A Chúng ta phải hoàn thành việc này trong hôm nay.
오늘까지 마무리 지어야 돼요.

B Gần hết rồi ạ. Chắc sẽ không có vấn đề gì.
이미 거의 끝났어요. 문제없을 겁니다.

A Tuyệt vời! Cuối cùng chúng ta đã kết thúc rồi.
대단한데요. 마침내 끝났네요.

B Vâng. Sau khi xong, chúng ta hãy nghỉ ngơi.
맞아요. 끝내고 난 후에 우리 쉬자고요.

단어
cuối cùng 마침내   tuyệt vời 대단하다

다양한 표현

Hôm nay là ngày cuối cùng.
오늘이 마지막 하루입니다.

Chúng ta phải kết thúc việc này.
우리는 꼭 이 일을 끝내야 해요.

Thời hạn là tuần sau nên hôm nay tôi nhất định phải đi.
다음 주가 바로 기한인데, 오늘 꼭 가야 해요.

Part 3

업무 중

혹시 시간되면 도와줄 수 있나요?

Anh có thể giúp tôi nếu có thời gian?

아잉 꼬 테 줍 또이 네우 꼬 터이 잔?

도움을 요청할 때 쓸 수 있는 표현으로 어떤 도움이 필요한지에 대해 말하는
상황입니다.

대화문 1

Ⓐ Anh có thể giúp tôi nếu có thời gian?
혹시 시간되면 도와줄 수 있나요?

Ⓑ Tất nhiên là có. Tôi giúp gì được cho anh?
당연히 가능하죠. 뭘 도와드릴까요?

Ⓐ Xin hãy giúp tôi lấy đồ ra.
저를 도와서 물건을 꺼내주세요.

Ⓑ Vâng. Tôi làm xong cái này sẽ đi ngay.
알겠습니다. 제가 이것들을 끝내고 갈게요.

단어
giúp 돕다   lấy 꺼내다

118

대화문 2

A Anh có thể giúp tôi nếu có thời gian?
혹시 시간되면 도와줄 수 있나요?

B Bây giờ tôi có chút việc sẽ kết thúc vào khoảng 3 giờ.
그런데 제가 지금 해야 할 일이 있어서 3시 정도에 끝나요.

A Không sao đâu. Anh có thể giúp tôi sắp xếp các tài liệu này lúc 4 giờ được không?
괜찮아요. 4시 정도에 이 자료들을 정리하는 것을 도와줄 수 있어요?

B Tất nhiên là được.
당연히 가능해요.

단어 sắp xếp 정리하다   tài liệu 자료

다양한
표현

Anh có thể giúp tôi làm việc này được không?
이 일을 도와줄 수 있어요?

Nếu anh rảnh thì có thể giúp tôi được không?
시간이 된다면 날 도와줄 수 있나요?

Nếu anh không bất tiện thì hãy giúp tôi.
불편하지 않다면, 도와주세요.

이 일에 대해서는 해결을 해주셔야 할 것 같은데요.

Tôi nghĩ anh cần phải giải quyết vấn đề này.

또이 응히 아잉 껀 파이 자이 꾸이엣 번 데 나이.

어떤 일에 대해 해결을 요청할 때 쓸 수 있는 표현으로 언제 가능한지에 대해 말하는 상황입니다.

 대화문 1

🅰 Tôi nghĩ anh cần phải giải quyết vấn đề này.
이 일에 대해서는 해결을 해주셔야 할 것 같은데요.

🅱 Vâng. Tôi chắc chắn sẽ giải quyết nó. Nhưng tôi đang bận một chút.
알겠습니다. 제가 반드시 해결할게요. 근데 지금 좀 바쁘네요.

🅰 Khi nào anh có thể giải quyết nó?
언제 해결이 가능하신데요?

🅱 Trong tuần này tôi chắc chắn sẽ giải quyết nó.
이번 주 내에 반드시 해결할게요.

단어   giải quyết 해결하다   chắc chắn 반드시

A Tôi nghĩ anh cần phải giải quyết vấn đề này.
이 일에 대해서는 해결을 해주셔야 할 것 같은데요.

B Vâng. Trong tuần này tôi nhất định sẽ giải quyết
nó, được không?
알겠습니다. 이번 주 내에 반드시 해결할게요. 괜찮아요?

A Đây là việc gấp. Tôi mong anh giải quyết nó
càng sớm càng tốt. Ngày mai được không?
일이 비교적 급해서요. 빨리 해결해주세요. 내일 가능하세요?

B Được. Tôi sẽ làm nhanh nhất có thể.
알겠습니다. 최대한 그러겠습니다.

Part 3 업무 쪽

단어 càng ~ càng tốt 가능한 ~한

다양한 표현

Tôi phải giải quyết vấn đề này.
꼭 이 일을 해결해야 합니다.

Tôi sẽ cố gắng hết sức giải quyết vấn đề này.
저는 최대한 이 일을 해결할 겁니다.

Tôi sẽ tìm cách giải quyết việc này càng sớm
càng tốt.
저는 최대한 빨리 이 일을 해결할 방법을 찾을 겁니다.

이 자료 좀 복사해주실래요?

Anh có thể copy tài liệu này cho tôi được không?

아잉 꼬 테 까피 따이 리에우 나이 쪼 또이 뜨악 콩?

복사를 부탁할 때 쓸 수 있는 표현으로 어떤 방식으로 도움을 주는지에 대해 말하는 상황입니다.

대화문 1

🅐 **Anh có thể copy tài liệu này cho tôi được không?**

이 자료 좀 복사해주실래요?

🅑 **Tất nhiên là có thể. Anh cần copy bao nhiêu bản?**

당연히 가능하죠. 몇 부 복사해요?

🅐 **Năm bản mỗi trang.**

장당 5부씩이요.

🅑 **Vâng. Tôi sẽ làm ngay và đưa cho anh.**

알겠습니다. 곧 해서 드리겠습니다.

단어

copy 복사하다

A Anh có thể copy tài liệu này?
이 자료 좀 복사해주실래요?

B Anh có cần gấp không? Nếu không thì tôi có thể hoàn thành báo cáo này đã được không?
급하게 필요하신가요? 제가 이 보고서 끝내고 복사해도 될까요?

A Được. Sau khi anh copy thì đưa nó cho tôi nhé.
가능합니다. 복사한 후에 저에게 주세요.

B Vâng. Tôi sẽ đưa cho anh trong 30 phút.
알겠습니다. 30분 후에 드리겠습니다.

단어
gấp 서두르다   hoàn thành 완성하다

다양한 표현

Anh có thể gửi fax cho tôi được không?
팩스 좀 보내주시겠어요?

Anh có thể gửi email cho tôi được không?
저에게 메일을 보내주시겠어요?

Anh có thể đến nơi gặp khách hàng thay tôi được không?
저를 대신해서 고객이 있는 곳에 가줄 수 있나요?

Unit 051

일은 할 만하세요?

Công việc có ổn không?

꽁 비엑 꼬 온 콩?

하는 일에 적응이 되었는지 말할 때 쓸 수 있는 표현으로 일상적인 부분에 대해 말하는 상황입니다.

대화문 1

🅐 Công việc có ổn không?

일은 할 만하세요?

🅑 Vẫn như vậy thôi. Nhưng mà có rất nhiều thứ tôi phải học.

그런대로요. 그런데 공부해야 할 것들이 많네요.

🅐 Khi mới bắt đầu thì hơi mệt một chút nhưng thời gian trôi qua anh sẽ quen dần và ổn hơn thôi.

시작할 때는 좀 피곤하지만 시간이 지나면 익숙해져서 괜찮을 거예요.

🅑 Đúng vậy. Tôi sẽ nỗ lực hơn.

맞아요. 저는 노력을 할 겁니다.

단어 học 공부하다, 배우다   mệt 피곤한   quen 익숙한

124

A Công việc có ổn không?
일은 할 만하세요?

B Rất tốt. Chỉ là thời gian làm việc hơi dài.
좋아요. 다만 일하는 시간이 길어서요.

A Anh có làm đêm nhiều không?
야근도 많아요?

B Cũng có làm đêm nhưng mà không nhiều lắm.
있긴 한데 그렇게 많지는 않아요.

단어   công việc 일   dài 길다

Công việc thuận lợi chứ?
일은 순조로우신가요?

Gần đây công việc thế nào?
최근 일은 어떠세요?

Dạo này anh bận gì không?
요즘 뭐가 바쁘세요?

Unit 052

업무 스트레스는 많지만 제 일을 좋아합니다.

Bị áp lực công việc nhiều nhưng tôi thích công việc này.

비 압 륵 꽁 비엑 니에우 능 또이 틱 꽁 비엑 나이.

업무 스트레스에 대해 말하는 표현으로 스트레스 관련하여 격려를 해주는 상황입니다.

 대화문 1

A Bị áp lực công việc nhiều nhưng tôi thích công việc này.
업무 스트레스는 많지만 제 일을 좋아합니다.

B Công việc nào cũng sẽ có áp lực nhưng nếu anh thích ứng là được.
모든 일은 약간의 스트레스가 있는데, 적응하면 되죠.

A Đúng vậy. Tôi bây giờ cũng đang tập quen dần.
맞아요. 제가 지금 적응 중입니다.

B Theo tôi nghĩ thì anh đang làm rất tốt.
제 생각에는 일 잘하시고 계세요.

단어
áp lực, căng thẳng 스트레스

대화문 2

A Bị áp lực công việc nhiều nhưng tôi thích công việc này.

업무 스트레스는 많지만 제 일을 좋아합니다.

B Theo tôi nghĩ thì công việc anh đang làm rất thú vị.

제 생각에 하시는 일은 분명히 재미있을 거예요.

A Thú vị thì cũng thú vị nhưng đôi khi hơi mệt mỏi.

재미있긴 재미있는데 때때로 피곤해요.

B Anh cố lên nhé. Tôi tin là anh sẽ làm tốt.

파이팅하세요. 잘 하실 거라고 믿어요.

단어 mệt 피곤하다 tin 믿다

다양한
표현

Anh giải toả áp lực công việc bằng cách nào?

업무 스트레스를 어떻게 해결하세요?

Gần đây tôi bị áp lực nhiều.

저는 최근에 스트레스가 많아요.

Chắc tôi phải đi giải toả căng thẳng.

저는 스트레스를 풀어야겠어요.

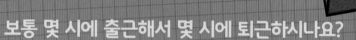
보통 몇 시에 출근해서 몇 시에 퇴근하시나요?

Thông thường mấy giờ anh đi làm và mấy giờ anh tan làm vậy?

통 트엉 머이 저 아잉 디 람 바 머이 저 아잉 딴 람 버이?

출퇴근 시간에 물어보는 표현으로 업무에 대해 질문을 주고받는 상황입니다.

 대화문 1

A Thông thường mấy giờ anh đi làm và mấy giờ anh tan làm vậy?

보통 몇 시에 출근하고, 몇 시에 퇴근하시나요?

B Thông thường 9 giờ sáng tôi đi làm và 5 giờ chiều tan làm.

보통 오전 9시에 출근하고, 오후 5시에 퇴근합니다.

A Giờ làm việc cũng ổn đấy chứ.

업무 시간이 좋은데요.

B Đó chính là lí do mà tôi yêu thích công việc của tôi.

이것이 바로 제가 저의 일을 좋아하는 이유입니다.

단어 đi làm 출근하다   tan làm 퇴근하다   lí do 이유

A Thông thường mấy giờ anh đi làm và mấy giờ anh tan làm vậy?

보통 몇 시에 출근하고, 몇 시에 퇴근하시나요?

B Thông thường 9 giờ tôi đi làm, giờ tan làm thì không định rõ.

보통 9시에 출근하고, 퇴근 시간은 정해져 있지 않아요.

A Thỉnh thoảng chắc anh có làm đêm nhỉ?

때때로 야근하시겠네요?

B Đúng vậy. Thỉnh thoảng tôi làm thêm đến 8 giờ tối.

맞아요. 때때로 8시까지 야근해요.

Part 3
업무 처

단어 rõ 정확한 thỉnh thoảng 때때로 làm thêm 야근하다

Anh có làm đêm thường xuyên không?
자주 야근하시나요?

Ngày thường anh làm mấy tiếng?
평소에 몇 시간 일하시나요?

Công ty chúng tôi đang thực hiện chế độ làm việc năng động.
우리 회사는 탄력근무제를 시행하고 있습니다.

베트남 고객이 많으신가요?

Khách hàng Việt Nam có nhiều không?

카익 항 비엣남 꼬 니에우 콩?

베트남 고객이 많은지 물어보는 표현으로 그 이유에 대해 설명하는 상황입니다.

대화문 1

A Khách hàng Việt Nam có nhiều không?

베트남 고객이 많으신가요?

B Trước đây thì tương đối nhiều nhưng bây giờ thì ít.

예전에는 비교적 많았는데, 지금은 적어요.

A Vậy à? Tại sao thế?

그래요? 왜요?

B Có lẽ là do đang có dịch sốt xuất huyết.

아마도 뎅기열이 원인일 것 같아요.

단어 khách hàng 고객   sốt xuất huyết 뎅기열

A Khách hàng Việt Nam có nhiều không?

베트남 고객이 많으신가요?

B Rất nhiều. Tuần sau sẽ nhiều hơn nữa.

매우 많아요. 다음 주에는 더 많아질 것 같아요.

A Tại sao thế?

왜요?

B Tuần sau là ngày nghỉ lễ nên sẽ có nhiều khách tới du lịch.

다음 주가 휴일이라서 여행 오는 여행객들이 많을 거예요.

단어 ngày nghỉ 휴일 khách du lịch 여행객

다양한 표현

Công ty chúng tôi có nhiều khách du lịch Việt Nam.

우리 회사에는 많은 베트남 고객이 있습니다.

Anh có thường xuyên gặp khách hàng không?

고객과 자주 만나시나요?

Tôi thường xuyên đi công tác Việt Nam.

저는 자주 베트남 출장을 갑니다.

자료 준비 잘 되었나요?
Tài liệu đã chuẩn bị xong chưa?
따이 리에우 다 쭈언 비 쏭 쯔어?

자료 준비가 잘 되었는지 묻는 표현으로 언제 가능한지와 도움이 필요한지 말하는 상황입니다.

대화문 1

A Tài liệu đã chuẩn bị xong chưa?
자료 준비 잘 되었나요?

B Cũng tương đối ổn rồi.
비교적 순조롭습니다.

A Khi nào thì sẽ hoàn tất khâu chuẩn bị?
언제 준비가 완료되죠?

B Chắc là tối nay sẽ xong hết.
아마도 오늘 저녁에 다 될 것 같습니다.

단어 hoàn tất 완성하다   tối nay 오늘 저녁에

대화문 2

A Tài liệu đã chuẩn bị xong chưa?
자료 준비 잘 되었나요?

B Có một vấn đề nhỏ xuất hiện.
작은 문제가 나와서요.

A Anh có cần sự trợ giúp của tôi không?
저의 도움이 필요하신가요?

B Nếu được vậy thì tốt quá ạ.
그러면 매우 고맙죠.

Part 3
업무 중

단어
giúp 돕다   nếu được 만약 가능하다면   thuận lợi 순조롭다

다양한
표현

Vẫn chưa chuẩn bị xong.
아직 준비가 되지 않았습니다.

Chuẩn bị không thuận lợi lắm.
준비가 순조롭지 않습니다.

Anh chuẩn bị đi công tác tốt chứ?
베트남 출장 준비 잘 됐나요?

출장은 얼마나 자주 가나요?
Anh có thường xuyên đi công tác không?

아잉 꼬 트엉 쑤이엔 디 꽁 딱 콩?

출장은 자주 가는지 물어보는 표현으로 그 빈도에 대해 말하는 상황입니다.

대화문 1

Ⓐ Anh có thường xuyên đi công tác không?
출장은 얼마나 자주 가나요?

Ⓑ Thông thường 1 tháng tôi đi 1 lần.
보통 한 달에 한 번 가요.

Ⓐ Thường 1 lần đi anh sẽ đi mấy ngày?
보통 한 번 가면 며칠 가나요?

Ⓑ Khoảng 5 ngày.
보통 5일 정도요.

단어 đi công tác 출장가다

A Anh có thường xuyên đi công tác không?
출장은 얼마나 자주 가나요?

B Khi bận tôi đi thường xuyên, khi không bận thì 1 tháng tôi đi 1 lần.
바쁠 때는 자주 가고, 바쁘지 않을 때는 한 달에 한 번 가요.

A Gần đây anh có đi thường xuyên không?
최근에 자주 가나요?

B Gần đây không bận lắm nên 1 tháng tôi phải đi 1 lần.
최근에 바쁘지 않아서 다음 달에 한 번 가야 돼요.

thường xuyên 자주 bận 바쁜 nên 그래서

Anh có thường xuyên đi công tác Việt Nam không?
베트남 출장을 자주 가나요?

Anh nói rằng mai sẽ đi công tác Hà Nội thay tôi đúng không?
내일 제가 대신 하노이 출장을 가라는 말씀이시죠?

Công ty chúng tôi có nhiều khách hàng Việt Nam nên tôi thường xuyên đi công tác Việt Nam.
우리 회사는 많은 베트남 고객이 있어서 자주 베트남 출장을 가요.

Part 3 업무 생활

출장 결과는 어땠나요?

Kết quả công tác thế nào?

껫 꾸아 꽁 딱 테 나오?

출장 결과는 어땠는지 물어보는 표현으로 출장 내용에 대해 말하는 상황입니다.

대화문 1

🅰 Kết quả công tác thế nào?

출장 결과는 어땠나요?

🅱 Họ đã quyết định hợp tác rồi.

이미 합작을 결정했어요.

🅰 Thế à? Vậy khi nào kí hợp đồng?

그래요? 언제 계약해요?

🅱 Nếu mà suôn sẻ thì tuần sau có thể kí hợp đồng.

만약에 순조롭다면 다음 주에 계약할 수 있어요.

단어 kết quả 결과   kí hợp đồng 계약하다

대화문 2

A Kết quả công tác thế nào?
출장 결과는 어땠나요?

B Không thuận lợi lắm. Chúng ta cần phải đợi câu trả lời của họ.
순조롭지가 않아요. 답을 기다려야 할 필요가 있어요.

A Họ nói khoảng bao giờ thì cho câu trả lời?
대략 언제쯤 답을 준대요?

B Khoảng thứ 6 tuần sau.
다음 주 금요일 정도요.

단어
trả lời 답장을 하다   cần phải 필요가 있다

다양한
표현

Kết quả chuyến đi công tác thế nào rồi?
출장 결과는 어떠신가요?

Chuyến công tác lần này suôn sẻ chứ?
이번 출장 순조로웠죠?

Mong rằng kết quả chuyến công tác sẽ tốt đẹp.
출장 결과가 좋기를 바랍니다.

야근은 자주 하시나요?

Anh có thường xuyên làm đêm không?

아잉 꼬 트엉 쑤이엔 람 뎀 콩?

야근을 자주하는지 물어보는 표현으로 야근으로 인해 시간이 없었다고 말하는 상황입니다.

 대화문 1

A Anh có thường xuyên làm đêm không?
야근은 자주 하시나요?

B Có. Thông thường 1 tuần tôi làm đêm 3 lần.
네. 보통 일주일에 3번 야근해요.

A Nếu vậy thì công việc anh chắc mệt lắm. Đúng không?
그러면 일이 피곤하시겠네요. 그렇죠?

B Đúng rồi. Thời gian làm việc dài quá nên tôi không có đủ thời gian nghỉ ngơi.
그렇죠. 일하는 시간이 너무 길어서 충분히 쉴 시간이 없어요.

단어
làm đêm 야근하다   thông thường 보통

대화문 2

A Anh có thường xuyên làm đêm không?
야근은 자주 하시나요?

B Khi bận tôi thường xuyên phải làm đêm. Gần đây thì không bận lắm.
바쁠 때는 자주 야근해요. 최근에는 그다지 바쁘지 않아요.

A Thế thì tối nay cùng đi chơi nhé.
그러면 오늘 저녁에 같이 놀죠.

B Được thôi. Lâu rồi tôi chưa được đi chơi.
좋아요. 오랫동안 놀아본 적이 없네요.

단어
bận 바쁘다   đi chơi 놀다

다양한 표현

Hôm nay tôi lại phải làm đêm.
오늘 또 야근해야 돼요.

Tuần này tôi chỉ làm đêm thôi.
저는 이번 주에 야근만 했네요.

Hôm nay mới được tan làm đúng giờ.
오늘 마침내 정시 퇴근이네요.

스트레스는 어떻게 푸세요?

Anh giải toả áp lực như thế nào?

아잉 쟈이 또아 압 륵 느 테 나오?

스트레스를 어떻게 푸는지 물어보는 표현으로 그 방법에 대해 말하는 상황입니다.

 대화문 1

A Anh giải toả áp lực như thế nào?
스트레스는 어떻게 푸세요?

B Tôi thường đi leo núi hoặc là nói chuyện với bạn bè. Anh thì sao?
저는 보통 등산을 하거나, 혹은 친구랑 이야기해요. 당신은요?

A Tôi thường đi ngủ.
저는 보통 자요.

B Cái đó cũng là một cách giải toả áp lực tốt đấy chứ.
그것도 하나의 좋은 스트레스 해소법이죠.

단어 giải toả 해소하다   leo núi 등산하다   hoặc là 혹은
đi ngủ 잠자다

A Anh giải toả áp lực như thế nào?

스트레스는 어떻게 푸세요?

B Tôi không biết giải toả áp lực như thế nào. Anh chỉ cho tôi được không?

저는 그다지 스트레스를 풀지 못해요. 저 좀 알려주시겠어요?

A Có rất nhiều cách. Anh xem cái nào thích hợp với mình nhé. Ví dụ như leo núi, vận động, nói chuyện với bạn bè...

많은 방법이 있죠. 어떤 것이 적합한지 보세요. 예를 들어서 등산, 운동, 친구랑 이야기하기 등과 같은 거요.

B Theo tôi nghĩ thì gặp gỡ và nói chuyện với bạn bè tương đối thích hợp.

제 생각에는 친구와 만나서 이야기하는 것이 비교적 적합한 것 같아요.

단어 ví dụ 예를 들어   thích hợp 적합하다

다양한 표현

Anh giải toả căng thẳng như thế nào?
어떻게 스트레스를 해소하시나요?

Anh giải toả áp lực công việc như thế nào?
어떻게 업무 스트레스를 해소하시나요?

Anh điều chỉnh tâm trạng của mình như thế nào?
기분을 어떻게 컨트롤 하시나요?

Unit 060

회식은 주로 어디에서 하시나요?

Công ty anh chủ yếu tổ chức liên hoan ở đâu?

꽁 띠 안 쭈 예우 또 쯕 리엔 호안 어 더우?

회식은 어디에서 하는지 물어보는 표현으로 회식 장소에 관해 이야기하는 상황입니다.

 대화문 1

🅐 Công ty anh chủ yếu tổ chức liên hoan ở đâu?
회식은 주로 어디에서 하시나요?

🅑 Thông thường làm ở quán thịt. Công ty anh thì sao?
보통 고기집에서 해요. 당신 회사는요?

🅐 Chúng tôi thường làm ở quán gà rán.
저희는 보통 치킨집에서 해요.

🅑 Quán gà rán cũng khá được nhỉ.
치킨집이 비교적 좋은 것 같네요.

단어 liên hoan công ty 회식 gà rán 치킨

A Chủ yếu tổ chức liên hoan công ty ở đâu?

회식은 주로 어디에서 하시나요?

B Thông thường làm ở khách sạn gần công ty chúng tôi.

보통 우리 회사 근처의 호텔에서요.

A Công ty chúng tôi thì mỗi lần lại tổ chức ở một nơi khác nhau.

우리 회사는 매번 회식을 다른 곳에서 해요.

B Cách đó cũng thú vị đấy chứ.

그런 방식이 재미있을 것 같네요.

단어

gần 근처 thú vị 재미있는

Khi nào chúng ta tổ chức liên hoan?

우리 언제 회식하나요?

Bữa tiệc liên hoan hôm qua rất là sôi nổi vui vẻ.

어제 저녁의 회식은 정말 왁자지껄했습니다.

Thời gian và địa điểm tiệc liên hoan đã được quyết định.

회식의 시간과 장소는 정했습니다.

143

복습하기

Unit 041 회의 시간이 바뀌었네요.

Thời gian họp đã thay đổi.

터이 잔 홉 다 타이 도이.

Unit 042 지금 회의 중인데 누구시죠?

Tôi đang họp, anh là ai thế?

또이 당 홉. 아잉 라 아이 테?

Unit 043 돌아오면 연락하라고 하겠습니다.

Khi nào anh ấy về, tôi sẽ nói với anh ấy gọi lại cho anh.

키 나오 아잉 어이 베. 또이 쎄 노이 버이 아잉 어이 고이 라이 쪼 아잉.

Unit 044 죄송한데 이메일 주소 좀 알려주시겠어요?

Tôi xin lỗi, anh có thể cho tôi địa chỉ email được không?

또이 씬 로이. 아잉 꼬 테 쪼 또이 디아 찌 이메일 드억 콩?

Unit 045 제가 문자 드릴게요.

Tôi sẽ nhắn tin cho anh.

또이 쎄 냔 띤 쪼 아잉.

Unit 046 지금 밖인데 회사에 들어가서 다시 연락드릴게요.

Giờ tôi ở bên ngoài nên sau khi tôi quay lại sẽ liên lạc cho anh.

져 또이 어 벤 응와이 넨 사우 키 또이 꽈이 라이 쎄 리엔 락 쪼 아잉.

Unit 047 오늘까지 마무리 지어야 돼요.

Chúng ta phải hoàn thành việc này trong hôm nay.

쭝 따 파이 호안 타잉 비엑 나이 쫑 홈 나이.

Unit 048 혹시 시간되면 도와줄 수 있나요?

Anh có thể giúp tôi nếu có thời gian?

아잉 꼬 테 줍 또이 네우 꼬 터이 잔?

Unit 049 이 일에 대해서는 해결을 해주셔야 할 것 같은데요.

Tôi nghĩ anh cần phải giải quyết vấn đề này.

또이 응히 아잉 껀 파이 자이 꾸이엣 번 데 나이.

Unit 050 이 자료 좀 복사해주실래요?

Anh có thể copy tài liệu này cho tôi được không?

아잉 꼬 테 까삐 따이 리에우 나이 쪼 또이 드억 콩?

Unit 051 일은 할 만하세요?
Công việc có ổn không?
꽁 비엑 꼬 온 콩?

Unit 052 업무 스트레스는 많지만 제 일을 좋아합니다.
Bị áp lực công việc nhiều nhưng tôi thích công việc này.
비 압 륵 꽁 비엑 니에우 능 또이 틱 꽁 비엑 나이.

Unit 053 보통 몇 시에 출근해서 몇 시에 퇴근하시나요?
Thông thường mấy giờ anh đi làm và mấy giờ anh tan làm
vậy?
통 트엉 머이 저 아잉 디 람 바 머이 저 아잉 딴 람 버이?

Unit 054 베트남 고객이 많으신가요?
Khách hàng Việt Nam có nhiều không?
카익 항 비엣남 꼬 니에우 콩?

Unit 055 자료 준비 잘 되었나요?
Tài liệu đã chuẩn bị xong chưa?
따이 리에우 다 쭈언 비 쏭 쯔어?

Unit 056 출장은 얼마나 자주 가나요?
Anh có thường xuyên đi công tác không?
아잉 꼬 트엉 쑤이엔 디 꽁 딱 콩?

Unit 057 출장 결과는 어땠나요?
Kết quả công tác thế nào?
껫 꾸아 꽁 딱 테 나오?

Unit 058 야근은 자주 하시나요?
Anh có thường xuyên làm đêm không?
아잉 꼬 트엉 쑤이엔 람 뎀 콩?

Unit 059 스트레스는 어떻게 푸세요?
Anh giải toả áp lực như thế nào?
아잉 쟈이 또아 압 륵 느 테 나오?

Unit 060 회식은 주로 어디에서 하시나요?
Công ty anh chủ yếu tổ chức liên hoan ở đâu?
꽁 띠 안 쭈 예우 또 쯕 리엔 호안 어 더우?

베트남의 공휴일
(Ngày lễ ở Việt Nam)

베트남에는 국가에서 지정한 여러 공휴일이 있습니다. 이 중 베트남 사람들이 가장 중요하게 생각하는 공휴일은 뗏(Tết)으로 한국의 설과 동일하다고 볼 수 있습니다. 베트남의 공휴일은 한국과 비교했을 때 수는 적지만, 뗏이 한국의 설보다 길기 때문에 1년의 전체 연휴 기간은 큰 차이가 나지 않습니다.

[양력] 1월 1일 신정 (Tết Dương lịch)
[음력] 12월 30일~ 1월 3일 (Tết Nguyên Đán)
[음력] 3월 10일 흥왕 기일(Giỗ tổ Hùng Vương)
[양력] 4월 30일 사이공 남부 해방 기념일 (Ngày giải phóng Miền Nam)
[양력] 5월 1일 근로자의 날 (Ngày Quốc thế Lao Động)
[양력] 9월 2일 광복절 (Ngày Quốc Khánh)

그 외 기념일
[양력] 3월 8일 세계 여성의 날 (Ngày Quốc tế Phụ nữ)
[양력] 10월 20일 베트남 여성의 날 (Ngày phụ nữ Việt nam)
[양력] 11월 20일 스승의 날 (Ngày nhà giáo Việt nam)

147

Part

4

출장 중

출장 중에 업무 외적인 상황에 직면할 때가 많습니다.
현지에서 대중교통을 이용하는 일, 호텔을 이용하는 등 업무 외적인 부분에서
필요한 표현을 익힐 필요가 있습니다.

Unit 061

어떤 항공편이죠?
Anh đi chuyến bay nào?
아잉 디 쭈이엔 바이 나오?

항공편을 물어보는 표현으로 항공편과 시간에 대해 말하는 상황입니다.

대화문 1

A Anh đi chuyến bay nào?
어떤 항공편이죠?

B Hãng hàng không Việt Nam.
베트남 항공편이요.

A Chuyến bay này thế nào?
이 항공편은 어때요?

B Cất cánh đúng giờ và dịch vụ tốt.
정시에 이륙하고, 서비스도 좋아요.

단어
chuyến bay 항공편 đúng giờ 정시 cất cánh 이륙하다
dịch vụ 서비스

A Anh đi chuyến bay nào?

어떤 항공편이죠?

B Hãng hàng không đảo Jeju 3101.

제주도항공 3101편이요.

A Ngày mai 3 giờ chiều à?

내일 오후 3시죠?

B Vâng. Nó đến lúc 5 giờ chiều theo giờ Hàn quốc.

네. 한국 시간 5시에 도착해요.

Part 4

출장 중

단어

đảo Jeju 제주도   đến 도착하다

다양한
표현

Anh sẽ đi chuyến bay nào?

어떤 항공편으로 가시나요?

Khi nào tôi làm thủ tục được?

언제 체크인할 수 있죠?

Máy bay của chúng tôi sắp cất cánh.

우리 비행기가 곧 이륙하려고 합니다.

Unit 062

창가 쪽 자리로 주실 수 있나요?

Anh có thể cho tôi một chỗ ngồi bên cửa số?

아잉 꼬 테 쪼 또이 못 쪼 응오이 벤 끄어 소?

원하는 자리로 달라고 이야기하는 표현으로 창가나 복도 쪽 자리를 말할 때 쓸 수 있는 상황입니다.

 대화문 1

A Anh có thể cho tôi một chỗ ngồi bên cửa số?
창가 쪽 자리로 주실 수 있나요?

B Có, anh đi một người phải không ạ?
알겠습니다. 한 분이신가요?

A Vâng.
네.

B Tôi đã đặt như vậy cho anh.
그렇게 해드렸습니다.

단어
chỗ ngồi 자리   bên cửa số 창가쪽

152

대화문 2

A Anh có thể cho tôi một chỗ ngồi bên cửa sổ được không?

창가 쪽 자리로 주실 수 있나요?

B Xin lỗi, không có chỗ ngồi bên cửa số ạ.

죄송한데, 창가 쪽 자리는 없습니다.

A Vậy thì có chỗ ngồi bên hành lang không?

그러면 알겠습니다. 복도 쪽 자리는 있나요?

B Tôi sẽ xem thử.

제가 좀 볼게요.

단어 hành lang 복도   thử ~해 보다

다양한
표현

Anh có thể cho tôi chỗ ngồi bên cửa số được không?

창가 쪽 자리로 줄 수 있나요?

Vậy thì anh có thể cho tôi chỗ ngồi phía trước được không?

그러면 앞쪽 자리로 줄 수 있나요?

Giờ chỉ còn chỗ ngồi bên hành lang ạ.

지금 복도 쪽 자리만 있습니다.

다른 것 더 필요하신 게 있나요?
Anh có cần gì nữa không?
아잉 꼬 껀 지 느어 콩?

더 필요한 물건이 있는지 물어보는 상황입니다.

 대화문 1

A Anh có cần gì nữa không?
다른 것 더 필요하신 게 있나요?

B Cho tôi một ly nước đá.
얼음물 한 잔 주세요.

A Vâng, chờ tôi một chút ạ. Anh có cần gì khác không?
알겠습니다. 잠시만 기다리세요. 또 필요하신 것이 있나요?

B Không. Cảm ơn.
없습니다. 감사합니다.

단어
gì khác 다른 것   nước đá 얼음물

154

대화문 2

A Anh có cần gì nữa không?
다른 것 더 필요하신 게 있나요?

B Tôi hơi lạnh, anh có thể cho tôi một cái chăn
được không?
좀 추운데, 담요 하나만 주시겠어요?

A Chờ tôi một chút ạ. Tôi sẽ đưa cho anh.
잠시만 기다리세요. 갖다 드릴게요.

B Vâng, cảm ơn anh.
알겠습니다. 감사합니다.

단어
lạnh 춥다   chăn 담요

다양한
표현

Bạn có thể cho tôi một cái chăn được không?
담요 한 장 주실 수 있나요?

Bạn có cần gì khác không?
또 필요한 것이 있나요?

Không có gì khác. Thế là đủ rồi.
다른 것은 없습니다. 이 정도입니다.

기사님, 트렁크 좀 열어주시겠어요?

Chú ơi, chú có thể mở cốp xe ra được không?

쭈 어이, 쭈 꼬 테 머 꼽 새 자 드억 콩?

택시에서 트렁크를 열어달라고 말하는 표현으로 짐 관련으로 주고받는 상황입니다.

대화문 1

A Chú ơi, chú có thể mở cốp xe ra được không?
기사님, 트렁크 좀 열어주시겠어요?

B Vâng, anh có mấy hành lý?
알겠습니다. 짐이 몇 개죠?

A 2 cái, nhưng không to lắm ạ.
두 개요. 그런데 크지 않아요.

B Vâng, tôi cho hành lý vào trong cốp xe giúp anh.
알겠습니다. 넣어 드릴게요.

단어 cốp xe 트렁크 hành lý 짐

A Chú ơi, chú có thể mở cốp xe được không?
기사님, 트렁크 좀 열어주시겠어요?

B Vâng, hành lý anh có nặng không? Tôi sẽ giúp anh.
알겠습니다. 짐이 무겁나요? 제가 도와드릴게요.

A Cảm ơn chú.
감사합니다.

B Không sao. Anh có hành lý khác không?
별말씀을요. 또 다른 짐이 있나요?

Part 4 중전어

단어 nặng 무겁다   có ~ không? ~한가요?

다양한 표현

Xin hãy cho hành lý vào trong giúp tôi.
짐을 안으로 넣어주세요.

Xin hãy mở cốp xe.
트렁크를 열어주세요.

Anh có thể mở cốp xe được không?
트렁크 열어주시겠어요?

기사님, 거기까지 얼마나 걸리나요?

Chú ơi, đến đấy mất bao lâu?

쭈 어이, 덴 더이 멋 바오 러우?

시간이 얼마나 걸리는지 물어보는 표현으로 교통 상황과 관련해서 이야기하는 상황입니다.

 대화문 1

A Chú ơi, đến đấy mất bao lâu?

기사님, 거기까지 얼마나 걸리나요?

B Nếu không có tắc đường thì khoảng 30 phút.

만약에 막히지 않으면 대략 30분 정도요.

A Dạ. Tầm này thì có tắc đường không ạ?

알겠습니다. 지금 이 시간대에 차가 막히나요?

B Chắc là hơi tắc một chút.

아마도 좀 막힐 것 같습니다.

단어

tắc đường 차가 막히다   một chút 조금

A Chú ơi, đến đấy mất bao lâu?

기사님, 거기까지 얼마나 걸리나요?

B Bây giờ vào thời điểm này đường hơi tắc. Sẽ mất khoảng 1 tiếng.

지금 이 시간대에 차가 좀 막힐 겁니다. 대략 1시간 정도요.

A Vâng. Hãy xuất phát đi ạ.

알겠습니다. 지금 출발하죠.

B Vâng.

알겠습니다.

단어 mất 걸리다   xuất phát 출발하다

다양한 표현

Anh hãy đi theo bản đồ nhé.

네비게이션에 맞춰서 가요.

Tại sao hôm nay tắc đường nhiều thế này?

오늘 왜 이렇게 막히죠?

Hãy đi đến con đường gần nhất.

가장 가까운 길로 가주세요.

영수증 좀 주시겠어요?

Anh có thể cho tôi hóa đơn được không?

아잉 꼬 테 쪼 또이 호아 던 드억 콩?

물건을 사고 영수증을 달라는 표현으로 영수증을 주고받을 때 말하는 상황입니다.

대화문 1

A Anh có thể cho tôi hóa đơn được không?
영수증 좀 주시겠어요?

B Được. Anh có cần hóa đơn tiền mặt không?
가능합니다. 현금 영수증이 필요하죠?

A Không, hóa đơn bình thường cũng được.
아니요, 일반 영수증도 가능합니다.

B Dạ, đây ạ.
알겠습니다. 여기 있습니다.

단어 hóa đơn 영수증   tiền mặt 현금

A Anh có thể cho tôi hóa đơn được không?
영수증 좀 주시겠어요?

B Được, chờ tôi một chút. Anh cần hóa đơn bình thường, đúng không?
가능합니다. 잠시만 기다리세요. 말씀하시는 것이 일반 영수증 맞나요?

A Không, tôi cần hóa đơn tiền mặt.
저는 현금 영수증이 필요합니다.

B Vâng, tôi sẽ đưa anh ngay.
알겠습니다. 바로 드리겠습니다.

단어 chờ một chút 잠시 기다리다   đưa 드리다

다양한
표현

Anh có yêu cầu hóa đơn không?
청구하실 거죠?

Hãy cho tôi hóa đơn.
영수증 발행해주세요.

Anh có thể phát hành hóa đơn viết tay được không?
수기 영수증 발행도 가능한가요?

Unit 067

제 것은 큰돈인데 혹시 잔돈 있으세요?

Tôi chỉ có tiền to thôi anh có tiền lẻ không?

또이 찌 꼬 띠엔 또 토이 아잉 꼬 띠엔 래 콩?

잔돈을 바꿀 때 쓸 수 있는 표현으로 소액의 물건을 사는데 큰 액수의 지폐만 있을 때의 상황입니다.

 대화문 1

🅐 Tôi chỉ có tiền to thôi anh có tiền lẻ không?
제 것은 큰돈인데 혹시 잔돈 있으세요?

🅑 Xin lỗi, tôi cũng không có tiền lẻ.
죄송한데, 저도 잔돈이 없네요.

🅐 Vâng, vậy thì tôi sẽ thanh toán bằng thẻ.
알겠습니다. 그럼 카드 긁을게요.

🅑 Dạ, anh đưa tôi thẻ nhé.
알겠습니다. 카드 주세요.

단어 tiền lẻ 잔돈   thanh toán bằng thẻ 카드를 긁다

대화문 2

A Tôi chỉ có tiền to thôi anh có tiền lẻ không?
제 것은 큰돈인데 혹시 잔돈 있으세요?

B Có, anh cứ đưa cho tôi. Tôi sẽ đưa lại anh tiền thừa.
있어요. 주세요. 거스름돈 드릴게요.

A Cảm ơn anh nhiều.
정말 감사합니다.

B Không sao. Anh hãy kiểm tra tiền xem.
별말씀을요. 거슬러드린 돈 확인하세요.

단어
trả lại tiền, đổi tiền 거슬러 주다

다양한
표현

Không có đủ tiền lẻ.
잔돈이 부족합니다.

Anh có tiền lẻ để trả lại tiền không?
잔돈 없나요?

Anh có thể đổi tiền năm trăm nghìn được không?
오십만 동 거슬러 줄 수 있나요?

Unit
o68

제가 유심칩을 사려고 하는데요.

Tôi muốn mua thẻ sim.

또이 무온 무어 테 심.

유심칩을 살 때 사용하는 표현으로 그에 대한 여러 가지 정보에 관해 말하는
상황입니다.

대화문 1

🄰 **Tôi muốn mua thẻ sim.**
제가 유심칩을 사려고 하는데요.

🄱 **Chúng tôi có các loại gói. Hãy chọn một loại.**
저희에겐 많은 세트들이 있습니다. 골라 보세요.

🄰 **Tôi muốn mua gói giá một trăm nghìn đồng một
tháng.**
저 한 달에 10만 동짜리로 살게요.

🄱 **Vâng. Hãy chọn số anh thích.**
알겠습니다. 좋아하는 번호를 고르세요.

단어   các loại 각종   gói 세트

대화문 2

A Tôi muốn mua thẻ sim.
제가 유심칩을 사려고 하는데요.

B Dạ, anh hay dùng điện thoại di động để gọi điện hay vào internet?
알겠습니다. 전화를 자주 하시나요 아니면 데이터를 많이 사용하시나요?

A Tôi hay dùng cả hai.
모두 많이 사용해요.

B Vậy thì tôi khuyên anh dùng gói giá 200 nghìn đồng 1 tháng.
그러면 20만 동짜리 세트를 사용하시는 것을 추천 드립니다.

Part 4

출장어

단어 điện thoại 전화   khuyên 추천하다

다양한 표현

Tôi muốn mua data.
저는 데이터를 원합니다.

Tôi muốn mua thẻ SIM.
저는 유심카드를 만들고 싶습니다.

Anh còn bao nhiêu data?
데이터가 얼마나 있나요?

Unit 069

제가 예약한 방에 조식 포함되나요?

Phòng tôi đã đặt có bao gồm bữa ăn sáng không?

퐁 또이 다 닷 꼬 바오 곰 브어 안 상 콩?

예약한 숙소에 아침 식사가 포함되는지 물어보는 표현으로, 그에 대한 이야기를 나누는 상황입니다.

 대화문 1

🅰 **Phòng tôi đã đặt có bao gồm bữa ăn sáng không?**
제가 예약한 방에 조식 포함되나요?

🅱 **Chờ tôi một chút. Tôi kiểm tra đã.**
기다려주세요. 제가 확인할게요.

🅰 **Vâng, cảm ơn ạ.**
알겠습니다. 고맙습니다.

🅱 **Tôi đã kiểm tra và nó bao gồm bữa ăn sáng ạ.**
제가 확인했는데 조식이 포함이 되었네요.

단어
đặt 예약하다   bữa ăn sáng 아침 식사

A Phòng tôi đã đặt có bao gồm bữa ăn sáng không?

제가 예약한 방에 조식 포함되나요?

B Tôi đã kiểm tra rồi nhưng nó không bao gồm bữa sáng.

제가 확인을 했는데 조식이 포함되지 않았네요.

A Giờ tôi thêm bữa ăn sáng được không?

지금 조식을 추가할 수 있나요?

B Được ạ, anh trả thêm một trăm nghìn đồng là được.

가능합니다. 10만 동을 더 지불하시면 됩니다.

Part 4

출장어

단어 thêm 더하다, 추가하다   trả 지불하다

다양한 표현

Có bao gồm bữa sáng không?
아침 식사 포함인가요?

Cho tôi một phiếu ăn.
식권을 저에게 주세요.

Tôi nghĩ bị mất phiếu ăn rồi tôi nên làm như thế nào?
식권을 잃어버린 것 같은데 어떻게 하죠?

Unit 070

방에 인터넷 되나요?

Trong phòng có kết nối mạng được không?

쫑 퐁 꼬 껫 노이 망 뜨억 콩?

방에 인터넷이 되는지 물어보는 표현으로 인터넷 접속에 대한 방법을 말하는 상황입니다.

대화문 1

A Trong phòng có kết nối mạng được không?
방에 인터넷 되나요?

B Không có mạng. Bạn có thể đăng kí dịch vụ mạng không dây.
인터넷이 안 됩니다. 무선 서비스를 개통하실 수 있습니다.

A Bao nhiêu tiền?
얼마죠?

B 50 nghìn đồng.
5만 동입니다.

단어 kết nối mạng 인터넷하다   không có ~이 없다

168

대화문 2

A Trong phòng có kết nối mạng được không?
방에 인터넷 되나요?

B Có. Đây là mật khẩu wifi.
가능합니다. 이것은 와이파이 비밀번호입니다.

A Nếu đăng ký thì sẽ dùng được ngay phải không ạ?
등록하면 바로 가능한가요?

B Đúng vậy.
맞습니다.

Part 4 접속어

단어
mật khẩu 비밀번호   đăng ký 등록하다

 다양한 표현

Nếu làm thế này thì tín hiệu có tốt lên không?
이렇게 하면 신호가 좀 좋아질 수 있을까요?

Tín hiệu wifi không tốt.
WiFi 신호가 좋지 않습니다.

Ở đây mạng không dây có dùng được không?
이곳에 무선와이파이가 되나요?

방 카드를 잃어버렸는데 어떡하죠?

Tôi đã làm mất thẻ phòng phải làm thế nào ạ?

또이 다 람 멋 테 퐁 파이 람 테 나오 아?

방 카드를 잃어버렸을 때 쓰는 표현으로 그것을 해결하기 위해 이야기하는 상황입니다.

 대화문 1

A Tôi đã làm mất thẻ phòng phải làm thế nào ạ?
방 카드를 잃어버렸는데 어떡하죠?

B Bạn cần dùng đến thẻ phòng còn lại.
여분의 방 카드가 필요하십니다.

A Tôi biết rồi. Tôi cần trả bao nhiêu tiền?
알겠습니다. 얼마가 필요하죠?

B 20.000 đồng.
2만 동입니다.

단어
làm mất 잃어버리다   còn lại 여분의
bao nhiêu tiền 얼마인가요?

A Tôi đã làm mất thẻ phòng phải làm thế nào ạ?
방 카드를 잃어버렸는데 어떡하죠?

B Anh vừa mới đi đâu về ạ?
방금 어디 갔었죠?

A Tôi mới xuống tầng 1. Sau khi ăn xong và quay trở lại thì không tìm thấy nữa.
1층에 다녀왔어요. 밥 먹고 돌아온 뒤에 찾지 못했어요.

B Anh chờ một chút. Tôi sẽ tìm cho anh.
잠시만 기다리세요. 제가 찾아볼게요.

단어 thẻ phòng 방 카드   tầng 층   tìm 찾다

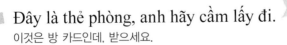

Đây là thẻ phòng, anh hãy cầm lấy đi.
이것은 방 카드인데, 받으세요.

Nếu anh đưa thẻ phòng cho tôi, tôi sẽ xác nhận.
방 카드를 저에게 주시면 제가 확인할게요.

Cái thẻ phòng này hình như có vấn đề. Cửa không mở được.
이 방 카드는 문제가 있는 것 같아요. 문이 열리지 않아요.

이 근처에 갈 만한 곳이 있나요?
Ở gần đây có nơi nào nên đi không?

어 건 더이 꼬 너이 나오 넨 디 콩?

근처에 가볼 만한 곳이 있는지 물어보는 표현으로 갈 만한 장소를 추천해주는 상황입니다.

대화문 1

🅰 Ở gần đây có nơi nào nên đi không?
이 근처에 갈 만한 곳이 있나요?

🅱 Ở gần đây có một trung tâm thương mại. Anh có thể tới đó xem thử.
근처에 백화점이 하나 있어요. 둘러보실 수 있습니다.

🅰 Đi ngắm trung tâm thương mại tôi thấy hơi mệt. Có nơi nào khác để chơi không?
백화점을 둘러보는 것은 너무 피곤해서요. 다른 놀 만한 곳이 있나요?

🅱 Ở gần đây có một viện bảo tàng.
이 근처에 박물관이 하나 있습니다.

단어

trung tâm thương mại 백화점   chơi 놀다
viện bảo tàng 박물관

172

A Ở gần đây có nơi nào nên đi không?
이 근처에 갈 만한 곳이 있나요?

B Ở gần đây có rất nhiều nơi đáng để đi chơi.
Anh thích nơi như thế nào?
이 근처에는 놀 만한 곳이 많아요. 어떤 곳을 좋아하시나요?

A Tôi tương đối thích những nơi yên tĩnh và
phong cảnh đẹp.
저는 비교적 조용하고 아름다운 풍경이 있는 곳을 좋아합니다.

B Nếu vậy thì anh hãy tới núi gần đây. Lá phong
trên núi rất đẹp.
그러면 근처의 산에 가보세요. 산 위의 단풍이 아름다워요.

단어
yên tĩnh 조용하다   phong cảnh 풍경   lá phong 단풍잎

다양한
표현

Ở gần đây có nơi nào đáng để đi không?
이 근처에 갈 만한 곳이 있나요?

Ở gần đây không có nơi nào đáng để đi cả.
이 근처에는 갈 만한 곳이 없습니다.

Ở Việt Nam có nhiều danh lam thắng cảnh.
베트남에는 명승고적이 많습니다.

어디에서 마사지 받을 수 있을까요?
Tôi có thể đi mát-xa ở đâu?
또이 꼬 테 띠 맛 사 어 더우?

어디에서 마사지를 받을 수 있는지 물어보는 표현으로 가는 방법을 안내하는 상황입니다.

 대화문 1

A Tôi có thể đi mát-xa ở đâu?
어디에서 마사지 받을 수 있을까요?

B Ở gần đây có một quán mát-xa rất tốt. Anh hãy thử tới đó.
이 근처의 마사지숍이 매우 좋아요. 이곳에 가보세요.

A Có xa đây không?
여기에서 먼가요?

B Anh đi taxi mất khoảng 30 phút.
택시 타고 약 30분 정도요.

단어 mát-xa 안마   xa 멀다

A Tôi có thể đi mát-xa ở đâu?
어디에서 마사지 받을 수 있을까요?

B Ở gần đây có một quán mát-xa nổi tiếng.
이 근처에 유명한 마사지숍이 있어요.

A Anh có thể cho tôi biết tới đó đi như thế nào không?
어떻게 가는지 알려줄 수 있나요?

B Anh đi taxi sẽ tới ngay.
택시 타면 금방 도착합니다.

단어 nổi tiếng 유명하다   cho ~ biết ~가 알게 하다

 다양한
표현

Tôi sẽ mát-xa thêm 1 tiếng nữa.
1시간 더 추가로 마사지 받을게요.

Hơi đau. Bạn làm nhẹ hơn 1 chút cho tôi nhé.
좀 아파요. 약하게 해주세요.

Trước tiên tôi sẽ mát-xa chân trước rồi quyết định lại.
우선 발마사지 받아보고 다시 결정할게요.

제가 이 짐을 여기에 좀 맡겨도 될까요?

Tôi gửi hành lý ở đây được không?

또이 그이 하잉 리 어 더이 드억 콩?

짐을 맡겨도 되는지 물어보는 표현으로, 짐을 맡기는 곳을 알려주거나 짐을 맡길 때 비용이 필요함을 말하는 상황입니다.

대화문 1

A Tôi gửi hành lý ở đây được không?
제가 이 짐을 여기에 좀 맡겨도 될까요?

B Tôi xin lỗi nhưng mà chỗ chúng tôi không nhận trông hành lý.
죄송한데, 저희는 이곳에서 짐을 맡지 않습니다.

A Vậy anh có biết chỗ nào có thể gửi hành lý được không?
어디에 짐을 맡길 수 있는지 아시나요?

B Vậy anh đi lên phía trước rồi rẽ phải sẽ có nơi để gửi hành lý.
앞으로 가셔서 우회전하시면 짐 맡기는 곳이 있습니다.

단어
gửi hành lý 수하물을 맡기다   phía trước 앞쪽
rẽ phải 우회전하다   hành lý 짐

176

대화문 2

A Tôi gửi hành lý ở đây được không?
제가 이 짐을 여기에 좀 맡겨도 될까요?

B Được. Anh gửi mấy cái hành lý?
가능합니다. 짐 몇 개를 맡기시나요?

A Hai cái ạ. Một cái to và một cái nhỏ.
두 개요. 한 개는 큰 것이고, 한 개는 작은 것이에요.

B Tôi biết rồi. Tổng là 30 nghìn đồng.
알겠습니다. 총 3만 동입니다.

Part 4
출장 중

단어 mấy 몇 개   nhỏ 작은   tổng 총, 합계

다양한 표현

Khi nào anh tới lấy?
언제 가지러 오실 건가요?

Khi đó anh tới lấy là được.
그때 가지러 오시면 됩니다.

Tôi có thể nhận dịch vụ gửi đồ ở đâu?
제가 어디에서 짐을 맡기는 서비스를 받을 수 있을까요?

Unit 075

체크아웃하려고 합니다. 이것은 제 룸 카드입니다.

Tôi muốn trả phòng. Đây là thẻ phòng.

또이 무온 짜 퐁. 더이 라 테 퐁.

체크아웃할 때 쓸 수 있는 표현으로 체크아웃할 때 필요한 것을 말하는 상황입니다.

 대화문 1

🄰 Tôi muốn trả phòng. Đây là thẻ phòng.
체크아웃하려고 합니다. 이것은 제 룸 카드입니다.

🄱 Vâng. Tôi sẽ xử lý giúp anh. Tổng của anh là 2 triệu đồng.
알겠습니다. 처리를 도와드리겠습니다. 총 2백만 동입니다.

🄰 Tôi sẽ thanh toán bằng thẻ này.
이 카드로 계산할게요.

🄱 Vâng. Xin anh chờ một chút.
알겠습니다. 잠시만 기다리세요.

단어

trả phòng 체크아웃하다   thanh toán 계산하다

대화문 2

A Tôi muốn trả phòng. Đây là thẻ phòng.
체크아웃하려고 합니다. 이것은 제 룸 카드입니다.

B Anh ở 3 ngày đúng không ạ?
총 3일 묵으신 것 맞으시죠?

A Vâng.
네.

B Anh chờ một chút nhé. Bây giờ tôi sẽ xử lý giúp anh ngay.
잠시만 기다리세요. 지금 제가 처리를 도와드릴게요.

단어 ở 살다, 묵다   xử lý 처리

Chi phí khác không bao gồm trong tiền phòng.
다른 비용은 방 값에 포함하지 말아주세요.

Tôi để danh mục của hoá đơn là gì đây ạ?
영수증의 명목은 무엇으로 할까요?

Anh hãy đưa cho tôi hoá đơn.
영수증을 발행해주세요.

Unit 076

제가 하루 더 방을 연장해도 될까요?

Tôi có thể thuê phòng thêm 1 ngày không?

또이 꼬 테 투에 퐁 템 못 응아이 콩?

방을 하루 더 연장을 할 수 있는지 물어보는 표현으로 연장할 때 필요한 사항에 관해서 이야기하는 상황입니다.

 대화문 1

🅰 **Tôi có thể thuê phòng thêm 1 ngày không?**
제가 하루 더 방을 연장해도 될까요?

🅱 **Tôi xin lỗi nhưng mà phòng đã được đặt hết rồi ạ.**
죄송하지만, 방이 이미 예약이 되었습니다.

🅰 **Tôi có thể chuyển sang phòng khác được không?**
다른 방으로 옮겨도 될까요?

🅱 **Xin anh chờ một chút. Tôi sẽ giúp anh xác nhận.**
잠시만 기다리세요. 제가 확인을 도와드릴게요.

단어 thuê phòng 방을 빌리다 đặt 예약하다 chuyển sang 옮기다
khác 다른

180

A Tôi có thể thuê phòng thêm 1 ngày không?
제가 하루 더 방을 연장해도 될까요?

B Được ạ. Chi phí gia hạn thêm 1 ngày là 200 nghìn đồng.
가능합니다. 하루 연장 비용은 20만 동입니다.

A Vâng. Được ạ.
알겠습니다. 가능합니다.

B Tôi sẽ giúp anh hoàn tất đặt phòng.
치리 완료를 도외드렸습니다.

Part 4
출장 여

단어
chi phí 비용   thêm 더하다

다양한
표현

Chúng tôi định ở 3 ngày 2 đêm.
우리는 2박 3일 묵을 계획입니다.

Nếu như anh huỷ phòng đã đặt xin hãy liên lạc cho tôi.
만약에 예약한 방을 취소하면 저에게 연락주세요.

Anh giúp tôi đổi từ 1 phòng đôi sang 2 phòng đơn.
더블룸을 싱글룸 두 개로 바꾸는 것을 도와주세요.

Unit 077

보증금은 취소 처리가 되었지요?

Tiền đặt cọc đã huỷ thành công đúng không ạ?

띠엔 닷 꼭 다 후이 타잉 꽁 둥 콩 아?

보증금이 취소가 되었는지 물어보는 표현으로 처리 과정에 대해 이야기하는 상황입니다.

 대화문 1

A Tiền đặt cọc đã huỷ thành công đúng không ạ?
보증금은 취소 처리가 되었지요?

B Vẫn chưa ạ. Bây giờ tôi giúp anh huỷ nhé?
아직이요. 지금 취소를 도와드릴까요?

A Vâng.
네.

B Anh chờ 5 phút nhé.
5분만 기다리세요.

단어 tiền đặt cọc 보증금　huỷ 취소하다

182

A Tiền đặt cọc đã huỷ thành công đúng không ạ?
보증금은 취소 처리가 되었지요?

B Tôi sẽ giúp anh xử lý. Anh đợi một chút.
처리를 도와드리고 있습니다. 잠시만 기다리세요.

A Phải đợi bao lâu thế?
얼마나 기다려야 하죠?

B Sẽ xong ngay ạ.
바로 됩니다.

Part 4 출장 중

단어   xử lý 처리하다   đợi 기다리다   ngay 바로

다양한 표현

Tiền đặt cọc là bao nhiêu?
보증금이 얼마죠?

Khi tôi đặt trước có cần tiền đặt cọc không?
예약할 때 보증금이 필요하나요?

Nếu như bị huỷ thì khi nào tôi có thể nói với anh được?
만약에 취소하면 언제 당신에게 말씀드릴까요?

체크아웃할 때 같이 계산해주세요.

Khi trả phòng anh hãy thanh toán luôn.

키 짜 퐁 아잉 하이 타잉 또안 루온.

계산을 해달라고 할 때 말하는 표현으로 체크아웃 시 필요한 사항에 대해 말하는 상황입니다.

 대화문 1

🅰 Khi trả phòng anh hãy thanh toán luôn.
체크아웃할 때 같이 계산해주세요.

🅱 Tôi biết rồi. Phòng tôi số bao nhiêu?
알겠습니다. 방 번호가 어떻게 되시죠?

🅰 Phòng 901.
901호입니다.

🅱 Vâng. Tôi đã giúp anh hoàn tất đặt phòng.
알겠습니다. 처리 완료 도와드렸습니다.

단어
thanh toán 계산하다   số 번호

A Khi trả phòng anh hãy thanh toán luôn.
체크아웃할 때 같이 계산해주세요.

B Tôi xin lỗi nhưng mà cái này phải thanh toán riêng.
죄송하지만, 이것은 따로 계산해야 합니다.

A Vâng. Tổng là bao nhiêu?
알겠습니다. 총 얼마죠?

B 200 nghìn đồng.
20만 동입니다.

단어
trả phòng 방을 계산하다 riêng 따로

다양한
표현

Anh đã dùng minibar à?
미니바를 사용하셨나요?

Đây là chi tiết giao dịch và hoá đơn thanh toán.
이것은 거래명세서와 영수증입니다.

Anh thanh toán bằng thẻ hay tiền mặt.
카드결제인가요 아니면 현금결제인가요?

제가 방에 짐을 두고 온 것 같아요.

Hình như tôi đã để hành lý trong phòng.

힝 느 또이 다 데 하잉 리 쫑 퐁.

짐을 두고 왔을 때 말하는 표현으로 이를 어떻게 처리해야 하는지 이야기하는 상황입니다.

 대화문 1

Ⓐ Hình như tôi đã để hành lý trong phòng.
제가 방에 짐을 두고 온 것 같아요.

Ⓑ Vậy sao? Anh hãy đi lấy đi.
그래요? 지금 가서 가지고 오세요.

Ⓐ Rất xa. Tôi sẽ đi bằng taxi.
너무 멀어서요. 택시 타고 갈게요.

Ⓑ Tôi sẽ đi cùng anh.
제가 같이 갈게요.

단어 để 두다　đi cùng 같이 가다

A Hình như tôi đã để hành lý trong phòng.

제가 방에 짐을 두고 온 것 같아요.

B Vậy phải làm sao bây giờ? Anh đi lấy cùng tôi đi.

그럼 어떡하죠? 저랑 같이 가지러 가요.

A Không. Anh hãy ở đây đợi tôi nhé. Tôi sẽ quay lại ngay.

아니에요. 당신은 여기에서 저를 기다리세요. 제가 바로 돌아올게요.

B Vâng. Anh đi từ từ thôi đừng vội.

알겠어요. 천천히 하시고 서두르지 마시고요.

단어 ở đây 여기에서 đợi 기다리다 vội 서두르다

Hình như tôi để ở ngăn kéo trong phòng.

방 서랍에 두고 온 것 같습니다.

Tôi sẽ bảo nhân viên đi lấy cái đó mang tới.

제가 종업원에게 그것을 가지고 오라고 할게요.

Hình như tôi đã để tài liệu ở văn phòng rồi.

제가 자료를 사무실에 두고 온 것 같습니다.

Unit 080

공항까지 갈려면 어떻게 해야 할까요?
Nếu muốn đến sân bay phải đi thế nào?

네우 무온 덴 선 바이 파이 디 테 나오?

공항에 갈 때 교통편을 어떻게 이용해야하는지 물어보는 표현으로 그 방법에 대한 이야기를 나누는 상황입니다.

 대화문 1

A Nếu muốn đến sân bay phải đi thế nào?
공항까지 갈려면 어떻게 해야 할까요?

B Nếu anh đi bằng tàu điện ngầm thì hãy xuống ở ga seoul rồi đổi tiếp sang line sân bay.
지하철을 탄다면, 서울역에 도착해서 다시 공항선으로 환승해야 합니다.

A Vâng. Còn nếu đi bằng xe buýt?
알겠습니다. 만약에 버스를 타면요?

B Anh đi lên phía trước sẽ thấy bến xe buýt. Anh lên từ đó là được.
앞으로 가시면 버스정류장이 보일 겁니다, 거기에서 타면 돼요.

단어 tàu điện ngầm 지하철   đổi 환승하다   xe buýt 버스

188

대화문 2

A Nếu muốn đến sân bay phải đi thế nào?

공항까지 갈려면 어떻게 해야 할까요?

B Anh định đi bằng gì?

무엇을 타고 가시게요?

A Đi gì cũng được chỉ cần nhanh và tiện là được.

무엇을 타든 빠르고 편리한 것으로요.

B Nếu anh đi bằng xe buýt sẽ nhanh hơn.

버스를 타면 더 빠를 겁니다.

Part 4

보충 표현

단어 nhanh 빠른 tiện 편리한 đi bằng ~(교통수단)으로 가다

다양한 표현

Nên đi bằng gì thì tốt nhỉ?

무엇을 타는 것이 좋을까요?

Tôi nên đi như thế nào?

어떻게 가야 좋을까요?

Anh hãy đi cái anh thấy thoải mái.

편하신 것으로 가시죠.

189

복습하기

Unit 061 어떤 항공편이죠?
Anh đi chuyến bay nào?
아잉 디 쭈이엔 바이 나오?

Unit 062 창가 쪽 자리로 주실 수 있나요?
Anh có thể cho tôi một chỗ ngồi bên cửa sổ?
아잉 꼬 테 쪼 또이 못 쪼 응오이 벤 끄어 소?

Unit 063 다른 것 더 필요하신 게 있나요?
Anh có cần gì nữa không?
아잉 꼬 껀 지 느어 콩?

Unit 064 기사님, 트렁크 좀 열어주시겠어요?
Chú ơi, chú có thể mở cốp xe ra được không?
쭈 어이, 쭈 꼬 테 머 꼽 새 자 드억 콩?

Unit 065 기사님, 거기까지 얼마나 걸리나요?
Chú ơi, đến đấy mất bao lâu?
쭈 어이, 덴 더이 멋 바오 러우?

Unit 066 영수증 좀 주시겠어요?
Anh có thể cho tôi hóa đơn được không?
아잉 꼬 테 쪼 또이 호아 던 드억 콩?

Unit 067 제 것은 큰돈인데 혹시 잔돈 있으세요?
Tôi chỉ có tiền to thôi anh có tiền lẻ không?
또이 찌 꼬 띠엔 또 토이 아잉 꼬 띠엔 래 콩?

Unit 068 제가 유심칩을 사려고 하는데요.
Tôi muốn mua thẻ sim.
또이 무온 무어 테 심.

Unit 069 제가 예약한 방에 조식 포함되나요?
Phòng tôi đã đặt có bao gồm bữa ăn sáng không?
퐁 또이 다 닷 꼬 바오 곰 브어 안 상 콩?

Unit 070 방에 인터넷 되나요?
Trong phòng có kết nối mạng được không?
쫑 퐁 꼬 껫 노이 망 드억 콩?

Unit 071
방 카드를 잃어버렸는데 어떡하죠?
Tôi đã làm mất thẻ phòng phải làm thế nào ạ?
또이 다 람 멋 테 퐁 파이 람 테 나오 아?

Unit 072
이 근처에 갈 만한 곳이 있나요?
Ở gần đây có nơi nào nên đi không?
어 건 더이 꼬 너이 나오 넨 디 콩?

Unit 073
어디에서 마사지 받을 수 있을까요?
Tôi có thể đi mát-xa ở đâu?
또이 꼬 테 띠 맛 사 어 더우?

Unit 074
제가 이 짐을 여기에 좀 맡겨도 될까요?
Tôi gửi hành lý ở đây được không?
또이 그이 하잉 리 어 더이 드억 콩?

Unit 075
체크아웃하려고 합니다. 이것은 제 룸 카드입니다.
Tôi muốn trả phòng. Đây là thẻ phòng.
또이 무온 짜 퐁. 더이 라 테 퐁.

Unit 076
제가 하루 더 방을 연장해도 될까요?
Tôi có thể thuê phòng thêm 1 ngày không?
또이 꼬 테 투에 퐁 템 못 응아이 콩?

Unit 077
보증금은 취소 처리가 되었지요?
Tiền đặt cọc đã huỷ thành công đúng không ạ?
띠엔 닷 꼭 다 후이 타잉 꽁 둥 콩 아?

Unit 078
체크아웃할 때 같이 계산해주세요.
Khi trả phòng anh hãy thanh toán luôn.
키 짜 퐁 아잉 하이 타잉 또안 루온.

Unit 079
제가 방에 짐을 두고 온 것 같아요.
Hình như tôi đã để hành lý trong phòng.
힝 느 또이 다 데 하잉 리 쫑 퐁.

Unit 080
공항까지 갈려면 어떻게 해야 할까요?
Nếu muốn đến sân bay phải đi thế nào?
네우 무온 덴 선 바이 파이 디 테 나오?

대사관 및 비상 연락처

베트남에는 주베트남대사관 관할 아래 총 2개의 총영사관이 개설되어 있습니다. 문제가 발생하면 영사관에 연락해서 문제를 해결해야 합니다.

◎ **주베트남대사관**
- SQ4 Diplomatic Complex, Do Nhuan St, Xuan Tao, Bac Tu Liem, Hanoi, Vietnam
- 전화: (84-24) 3831-5111
- 팩스: (84-24)3831-5117
- 이메일: embkrvn@mofa.go.kr
- 홈페이지:http://overseas.mofa.go.kr/vn-ko/index.do

◎ **주베트남대사관 영사부 (하노이)**
- 7th Fl., Charmvit Tower, 117 Tran Duy Hung St., Hanoi, Vietnam
- 전화: (84-24)3771-0404
- 팩스: (84-24) 3831-6834
- 이메일: embkrvn@mofa.go.kr
- 홈페이지: http://overseas.mofa.go.kr/vn-ko/index.do

◎ **주베트남대사관 영사부 (호치민)**
- 107 Nguyen Du, Dist 1, HCMC, Vietnam
- 전화: (84-28)3824-2593
- 팩스: (84-28)3829-1207
- 이메일: hcm02@mofa.go.kr
- 홈페이지: http://overseas.mofa.go.kr/vn-hochiminh-ko/index.do

그 외

◎ **주 베트남 한국문화원**

- 한-베트남간 문화협력, 한류확산, 대외홍보, 한국어학당 관련 업무
- 49 Nguyen Du St., Hai Ba Trung Dis., Hanoi, Vietnam
- 전화: (84-24)3944-5980~1
- 팩스: (84-24)3944-5983
- 이메일: trungtamvanhoahanquoc@gmail.com
- 홈페이지: http://vietnam.korean-culture.org/

Part

5

식사 중

출장 중에 고객과 식사를 할 경우가 많습니다.
식사 초대에 대한 감사와 다음 식사는 우리가 대접하겠다는 등의 이야기를 할 수
있습니다. 식사를 하면서 그들과 소통을 할 때 필요한 표현들을 정리했습니다.

081 오늘 초대해주셔서 정말 감사합니다.

082 저희가 이곳에 조촐하게 자리를 마련했어요.

083 오늘 어떤 술을 마실까요?

084 저는 사이공 맥주를 좋아합니다.

085 한국요리를 좋아한다고 들었습니다.

086 제가 건배 제의를 하겠습니다.

087 우리의 합작을 위해서 건배하시죠.

088 제가 먹어본 것 중 가장 맛있습니다.

089 다음에 한국에 오시면 제가 식사 대접하겠습니다.

090 더 드세요.

091 저는 이미 충분히 많이 먹었습니다.

092 음식은 입에 맞으시나요?

093 환대해주셔서 정말 감사드립니다.

094 제가 한 잔 드리겠습니다. 항상 돌봐주셔서 감사드립니다.

095 언제든 한국에 오시면 연락주세요.

096 한국에 오시면 제가 모시고 가이드 해드릴게요.

097 오늘 정말 좋은 시간 보냈습니다.

098 저도 덕분에 좋은 시간을 보냈습니다.

099 오늘은 제가 한턱내겠습니다.

100 당연히 저희가 대접해야지요.

오늘 초대해주셔서 정말 감사합니다.

Thật sự cảm ơn anh vì hôm nay đã mời tôi.

텃 쓰 깜 언 아잉 비 홈 나이 다 머이 또이.

초대에 대한 감사 표시를 할 때 쓸 수 있는 표현으로 다음을 기약하며 이야기 나누는 상황입니다.

 대화문 1

A Thật sự cảm ơn anh vì hôm nay đã mời tôi.
오늘 초대해주셔서 정말 감사합니다.

B Anh khách sáo quá. Tôi đã luôn muốn mời anh nhưng mãi vẫn không có cơ hội.
별말씀을요. 진작에 초대하고 싶었는데 계속 기회가 없었네요.

A Đồ ăn anh nấu thật sự rất ngon.
요리하신 음식이 정말 맛있어요.

B Vậy sao? Lần sau nhất định anh hãy tới nữa nhé.
그래요? 다음에 꼭 또 오세요.

단어
mời 초대하다   thật sự 진심으로

196

대화문 2

A Thật sự cảm ơn anh vì hôm nay đã mời tôi.
오늘 초대해주셔서 정말 감사합니다.

B Anh khách sáo quá. Không biết là đồ ăn có hợp khẩu vị anh không.
별말씀을요. 음식이 입에 맞으실지 모르겠네요.

A Rất ngon. Lần sau nhất định anh hãy tới nhà tôi để thử tay nghề nấu ăn của tôi nhé.
정말 맛있어요. 다음에 꼭 저희 집에 오셔서 저의 솜씨를 맛보세요.

B Vâng. Nhất định tôi sẽ tới.
알겠습니다. 꼭 그럴게요.

Part 5 식사 중

단어 đồ ăn 음식 · tay nghề nấu ăn 솜씨

 다양한 표현

Cảm ơn anh vì lời mời.
초대에 감사드립니다.

Mong rằng món ăn hợp khẩu vị của anh.
입맛에 맞으면 됐습니다.

Món này rất hợp khẩu vị của tôi.
이 요리는 저의 입맛에 맞습니다.

Unit 082

저희가 이곳에 조촐하게 자리를 마련했어요.

Chúng tôi đã chuẩn bị nơi này rất chu đáo.

쭝 또이 다 쭈언 비 너이 나이 쩟 쭈 다오.

고객에게 식사 대접을 할 때 쓸 수 있는 표현으로 겸손하게 상대방과 이야기를 하는 상황입니다.

대화문 1

A Hôm nay chúng tôi đã chuẩn bị nơi này rất chu đáo.

오늘 저희가 이곳에 조촐하게 자리를 마련했어요.

B Các anh chuẩn bị tài quá. Thật sự rất tốt.

준비가 상당히 훌륭한데요, 정말 좋습니다.

A Chúng tôi rất vui nếu anh thích.

좋아하시면 저희는 기쁘죠.

B Tôi rất cảm ơn vì anh đã mời tôi tận tình như thế này.

이렇게 친절하게 저를 초대해주셔서 감사합니다.

단어 nơi này 이곳 vui 기쁜 thích 좋아하다

198

A Chúng tôi đã chuẩn bị nơi này rất gọn gàng.
오늘 저희가 이곳에 조촐하게 자리를 마련했어요.

B Thật sự cảm ơn anh vì lời mời.
초대에 정말 감사드립니다.

A Dù chỉ giản đơn thế thôi nhưng mong anh thích.
비록 간소하지만 좋아하시기를 바랍니다.

B Rất yên tĩnh và sạch sẽ. Bầu không khí cũng tốt, tôi rất hài lòng.
조용하면서 깨끗하네요. 분위기도 좋고, 정말 좋은데요.

단어 sạch sẽ 깨끗하다 bầu không khí 분위기

다양한 표현

Hôm nay đồ ăn có hợp khẩu vị anh không?
오늘 요리가 입에 맞으신가요?

Hôm nay chúng tôi đã chuẩn bị một bữa ăn thịnh soạn ở đây.
오늘 우리는 이곳에 조촐한 식사를 준비했습니다.

Đây có thể gọi là tiệc chào mừng dành cho anh.
이것은 당신을 위한 환영회라고 할 수 있죠.

Part 5 식사 중

199

오늘 어떤 술을 마실까요?

Hôm nay anh sẽ uống rượu gì?

홈 나이 아잉 세 우엉 즈우 지?

고객과 술자리가 있을 경우 술을 마실지 물어보는 표현으로 메뉴를 정하는 상황입니다.

대화문 1

🅰 Hôm nay anh sẽ uống rượu gì?

오늘 어떤 술을 마실까요?

🅱 Bia Hà Nội thì thế nào?

하노이 맥주 어때요?

🅰 Tôi thích bia Hà Nội.

저 하노이 맥주 좋아해요.

🅱 Vậy thì trước tiên gọi 2 chai bia Hà Nội nhé.

그럼 우선 하노이 맥주 2병 시키죠.

단어
bia 맥주   trước tiên 우선   gọi 시키다

200

A Hôm nay anh sẽ uống rượu gì?
오늘 어떤 술을 마실까요?

B Rượu nếp thì thế nào?
넵주 어때요?

A Rượu nếp nồng độ hơi cao.
넵주는 도수가 너무 높아요.

B Vậy thì uống bia nhé.
그럼 맥주 마셔요.

단어 nồng độ 도수 cao 높은

다양한
표현

Nếu anh không uống được rượu thì uống trà nhé.
술을 드시지 못하면 차를 대신 드세요.

Bình thường tôi không uống rượu nhưng hôm nay sẽ là ngoại lệ.
저는 평소에 술을 마시지 않는데 오늘은 예외로 하죠.

Rượu vào lời ra.
술을 먹으면 평소보다 말수가 많아진다.

저는 사이공 맥주를 좋아합니다.
Tôi thích bia Sài Gòn.
또이 틱 비어 싸이 건.

자신이 좋아하는 술을 말할 때 쓸 수 있는 표현으로 메뉴를 선택하면서 이야기 나누는 상황입니다.

 대화문 1

A Tôi thích bia Sài Gòn. Anh thì sao?
저는 사이공 맥주를 좋아하는데, 당신은요?

B Tôi cũng thích bia Sài Gòn.
저도 사이공 맥주를 좋아해요.

A Vậy thì hôm nay cùng uống bia Sài Gòn nhé.
그럼 오늘 같이 사이공 맥주 마셔요.

B Vâng.
알겠습니다.

단어 bia Sài Gòn 사이공 맥주 thích 좋아하다

202

대화문 2

A Tôi thích bia Sài Gòn. Anh thì sao?
저는 사이공 맥주를 좋아하는데, 당신은요?

B Tôi thích bia Sài Gòn nhưng lại thích bia Hà Nội hơn. Bia Hà Nội nồng độ không cao.
저는 사이공 맥주를 좋아하는데 하노이 맥주를 더 좋아해요. 하노이 맥주는 도수가 높지 않아요.

A Anh đã từng uống thử bia Sài Gòn chưa?
사이공 맥주를 마셔본 적이 있나요?

B Tôi đã uống mấy lần rồi.
몇 번 마셔봤어요.

단어
mấy 몇   lần 번

Part 5 식사 중

다양한 표현

Tửu lượng của anh thế nào?
당신의 주량은 어떻게 되나요?

Thì ra anh là con sâu rượu. Thêm 1 chén nữa nhé.
술고래시군요. 한 잔 더 드세요.

Có ai là không biết người Hàn Quốc toàn là sâu rượu đâu!
한국인이 모두 술고래인 것을 누가 모르겠어요!

한국요리를 좋아한다고 들었습니다.

Tôi nghe nói rằng anh thích ẩm thực Hàn Quốc.

또이 응에 노이 장 아잉 틱 엄 특 한 꿕.

누군가가 무엇을 좋아한다는 것을 들었다고 말할 때 쓸 수 있는 표현으로 요리에 대해 이야기하는 상황입니다.

 대화문 1

Ⓐ Tôi nghe nói rằng anh thích ẩm thực Hàn Quốc.
한국요리를 좋아한다고 들었습니다.

Ⓑ Đúng vậy. Tôi thật sự rất thích món Hàn.
맞아요. 한국요리를 정말 좋아해요.

Ⓐ Anh thích món gì nhất?
어떤 것을 가장 좋아하세요?

Ⓑ Tôi thích canh tương.
된장찌개요.

단어 ẩm thực 요리   canh tương 된장찌개

204

대화문 2

A Tôi nghe nói rằng anh thích ẩm thực Hàn Quốc.
한국요리를 좋아한다고 들었습니다.

B Đúng vậy. Món Hàn tôi thích nhất là canh tương.
맞아요. 제가 가장 좋아하는 한국요리는 된장찌개예요.

A Ngoại trừ canh tương ra thì anh còn thích gì nữa không?
된장찌개를 제외하고 또 뭐 좋아해요?

B Ví dụ như là canh kim chi và thịt bò xào Bulgogi.
김치찌개랑 불고기 등이요.

단어
ngoại trừ ~을 제외하고   canh kim chi 김치찌개
thịt bò xào 불고기

다양한 표현

Anh có món gì để chọn không?
가리는 음식이 있으신가요?

Vì là anh đãi nên anh quyết định là điều đương nhiên.
당신이 대접하는 것이니 당신이 정하는 것이 법입니다.

Tôi cái gì cũng được. Khách thì cứ làm theo chủ thôi.
저는 모두 가능해요. 손님은 주인이 하자는 대로 따르는 거죠.

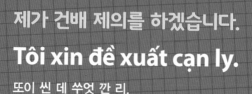

제가 건배 제의를 하겠습니다.

Tôi xin đề xuất cạn ly.

또이 씬 데 쑤엇 깐 리.

건배 제의를 할 때 쓸 수 있는 표현으로 고객사와 앞으로 잘해보자고 의기투합을 하는 상황입니다.

 대화문 1

A Tôi xin đề xuất cạn ly.

제가 건배 제의를 하겠습니다.

B Vậy đi. Chúng ta cùng cạn ly.

그래요. 우리 건배해요.

A Cạn ly vì sự phát triển lớn mạnh hơn của công ty chúng ta!

우리 회사의 더 큰 발전을 위해서 건배!

B Cạn ly vì sự phát triển lớn mạnh hơn của công ty chúng ta!

우리 회사의 더 큰 발전을 위해서 건배!

단어 đề xuất 건의하다 cạn ly 건배하다 phát triển 발전하다

A Tôi xin đề xuất cạn ly.

제가 건배 제의를 하겠습니다.

B Anh uống nhiều rồi. Uống được đến đâu thì uống thôi.

많이 마셨는데, 마시고 싶은 만큼 마셔요.

A Một ngày vui như thế này đương nhiên phải 100 phần trăm rồi.

이렇게 기분 좋은 날엔 당연히 원샷해야지요.

B Vâng. Vậy thì cùng 100 phần trăm nhé.

알겠습니다. 그럼 원샷하지요.

단어 ngày 날   trăm phần trăm 100%

다양한 표현

Tôi xin rót thêm ly nữa.

제가 다시 한 잔 따르겠습니다.

Chúng ta cùng nâng ly chúc sức khoẻ mọi người.

여러분들의 건강을 위해 건배를 제의하겠습니다.

Rượu bất khả ép, ép bất khả từ.

술을 마시는 것은 서로 강요해서는 안 되며 술은 즐겁기 위해 자발적으로 마시는 것이다.

Part 5 식사 중

우리의 합작을 위해서 건배하시죠.

Hãy cạn ly vì sự hợp tác của chúng ta.

하이 깐 리 비 쓰 헙 딱 꾸어 쭝 따.

건배를 제의할 때 쓸 수 있는 표현으로 고객사와 앞으로 잘해보자고 의기투합을 하는 상황입니다.

 대화문 1

A Hãy cạn ly vì sự hợp tác của chúng ta.
우리의 합작을 위해서 건배하시죠.

B Đúng vậy. Cùng cạn ly cho sự hợp tác của chúng ta.
맞습니다. 우리의 합작을 위해서 건배하시죠.

A Ngoài ra hãy cũng nâng ly cho sự phát triển hơn nữa của chúng ta.
또한 우리의 더 나은 발전을 위해서 건배하시죠.

B Đúng vậy.
맞습니다.

단어 hợp tác 합작   nâng ly 잔을 들다(건배하다)

208

A Hãy cạn ly vì sự hợp tác của chúng ta.
우리의 합작을 위해서 건배하시죠.

B Đây là lần đầu tiên chúng ta hợp tác tôi hi vọng rằng trong tương lai sẽ có hợp tác tốt hơn nữa.
저희의 첫 번째 합작인데 앞으로 합작이 더 좋아지기를 희망합니다.

A Sau này cùng giúp đỡ nhau phát triển nhé.
앞으로 서로 도와가면서 같이 발전해요.

B Cạn ly!
건배!

단어
nhau 서로   giúp đỡ 도와가다

다양한
표현

Cạn ly vì sức khoẻ của tất cả mọi người.
모두의 건강을 위해서 건배하시죠.

Cạn ly vì sự hợp tác thành công của chúng ta.
우리들의 성공적인 합작을 위해서 건배!

Tôi hi vọng rằng sự hợp tác của chúng ta sẽ thành công suôn sẻ.
저는 우리들의 합작이 원만하게 성공하길 희망합니다.

제가 먹어본 것 중 가장 맛있습니다.

Trong những thứ tôi đã ăn thì nó ngon nhất.

쫑 능 트 또이 따 안 티 너 응온 녓.

맛있다고 말할 때 쓸 수 있는 표현으로 다음에 또 기회를 만들자고 이야기하는 상황입니다.

대화문 1

A Trong những thứ tôi đã ăn thì nó ngon nhất.
제가 먹어본 것 중 가장 맛있습니다.

B Vậy sao? Tôi không nghĩ là anh lại thích nó đến như vậy.
그래요? 이렇게 좋아할 거라고 생각하지 못했어요.

A Lần sau nhớ tới tiếp nhé.
다음에 꼭 또 와요.

B Vâng. Lần sau cùng nhau tới nhé.
알겠습니다. 다음에 다시 함께 오죠.

단어

trong những ~한 것 중에   ngon 맛있다

🅰 **Trong những thứ tôi đã ăn thì nó ngon nhất.**

제가 먹어본 것 중 가장 맛있습니다.

🅱 **Vậy sao? Bạn còn muốn ăn gì nữa không? Lần sau tôi sẽ đưa bạn đi.**

그래요? 또 먹고 싶은 것이 있나요? 다음에 데리고 갈게요.

🅰 **Tôi thích tất cả các món ăn Hàn Quốc.**

한국요리는 다 좋아합니다.

🅱 **Vâng. Lần sau tôi sẽ dẫn bạn tới nơi có những món bạn chưa ăn thử.**

알겠습니다. 다음에는 안 먹어본 것이 있는 곳으로 데리고 갈게요.

단어 lần sau 다음   tất cả 전부

Part 5

식사 중

다양한 표현

Tôi bị dị ứng với rau mùi.

저는 고수에 알레르기가 있습니다.

Anh ăn nhiều vào nhé.

많이 드세요.

Tôi có lộc ăn quá!

정말 먹을 복이 있군요!

다음에 한국에 오시면 제가 식사 대접하겠습니다.

Lần sau anh tới Hàn Quốc tôi sẽ đãi anh một bữa.

런 사우 아잉 떠이 한 꿕 또이 쎄 따이 아잉 못 브어.

향후에 다시 만나면 식사 대접을 한다고 말하는 표현으로 좋아하는 요리에 대해 이야기하는 상황입니다.

 대화문 1

🅰 Lần sau anh tới Hàn Quốc tôi sẽ đãi anh một bữa.
다음에 한국에 오시면 제가 식사 대접하겠습니다.

🅱 Vâng. Tôi rất thích đồ ăn Hàn Quốc.
알겠습니다. 저는 한국요리를 먹는 것을 좋아합니다.

🅰 Anh thích ăn món gì nhất?
가장 좋아하는 것은 무엇이죠?

🅱 Tôi thích tất cả.
모두 좋아합니다.

단어 đãi 대접하다　bữa 식사

대화문 2

A Lần sau anh tới Hàn Quốc tôi sẽ đãi anh một bữa.
다음에 한국에 오시면 제가 식사 대접하겠습니다.

B Vậy thì tốt quá, tôi sẽ suy nghĩ xem muốn ăn món gì.
그러면 좋죠. 제가 무엇을 먹고 싶은지 생각해볼게요.

A Anh cứ suy nghĩ đi. Có nhiều nhà hàng ngon lắm.
생각해보세요. 많은 맛집들이 있어요.

B Tôi sẽ suy nghĩ và nói cho anh biết.
제가 생각하고 알려드릴게요.

단어 nghĩ xem 생각해보다   cứ 계속   nhà hàng 식당

다양한 표현

Hãy giữ gìn sức khoẻ.
몸조리 잘하세요.

Lần sau tới Hàn Quốc thì liên lạc với tôi nhé.
다음에 한국에 오면 저에게 연락주세요.

Tôi xin chào tạm biệt ở đây. Lần sau gặp nhau ở Hàn Quốc nhé.
여기서 저는 이만 가보겠습니다. 다음에 한국에서 뵐게요.

더 드세요.

Anh ăn thêm nữa đi.

아잉 안 템 느어 디.

더 드시라고 말할 때 쓸 수 있는 표현으로 요리를 앞에 두고 이야기 나누는 상황입니다.

대화문 1

A Anh ăn thêm nữa đi.
더 드세요.

B Tôi đã ăn rất nhiều rồi. No quá.
이미 많이 먹었어요. 배불러요.

A Cái này thực sự rất ngon. Anh ăn thêm đi.
이것은 정말 맛있어요. 더 드세요.

B Tôi chắc chắn không thể ăn thêm được nữa.
저 정말 더 못 먹을 것 같아요.

단어 nhiều 많이   no 배부르다   thực sự 정말

A Anh ăn thêm nữa đi.

더 드세요.

B Vâng. Món này thực sự rất ngon.

알겠습니다. 이 요리는 너무 맛있어요.

A Lần sau anh tới tôi sẽ nấu tiếp cho anh.

다음에 오면 제가 또 요리해드릴게요.

B Thế thì tốt quá.

정말 좋죠.

단어 nấu 요리하다   rất, quá 매우

다양한
표현

Anh ăn ngon miệng nhé.

맛있게 드세요.

Anh ăn chậm thôi.

천천히 드세요.

Tại sao anh lại không ăn nữa. Anh ăn thêm đi.

왜 안 드세요. 더 드세요.

Unit 091

저는 이미 충분히 많이 먹었습니다.

Tôi đã ăn đủ nhiều rồi.

또이 다 안 두 니에우 조이.

잘 먹었다고 말할 때 쓸 수 있는 표현으로 식사를 하면서 이야기를 나누는 상황입니다.

대화문 1

A Tôi đã ăn đủ nhiều rồi.

저는 이미 충분히 많이 먹었습니다.

B Tôi ăn nhiều hơn anh rồi anh ăn thêm chút đi.

제가 당신보다 더 많이 먹었으니 좀 더 드세요.

A Vị ngon quá. Nhưng mà thật sự tôi đã ăn rất nhiều rồi.

맛이 정말 좋네요. 근데 정말로 많이 먹었어요.

B Vâng. Vậy thì tôi sẽ không bảo anh ăn thêm nữa.

그래요. 그럼 더 드시라고 하지 않을게요.

단어   đủ 충분하다   vị 맛   nữa 더

216

A Tôi đã ăn đủ nhiều rồi.
저는 이미 충분히 많이 먹었습니다.

B Thời gian qua tôi chưa thấy anh ăn nhiều như thế này.
이렇게 많이 먹는 것을 그동안 보지 못했어요.

A Đúng vậy. Hôm nay đồ ăn ngon quá.
맞아요. 오늘 요리가 정말 맛있네요.

B Vậy thì anh ăn thêm đi.
그럼 더 드세요.

단어
như thế này 이렇게   ngon 맛있다   ăn thêm 더 먹다

Tôi no chết mất.
배불러 죽겠습니다.

Tôi đã no rồi.
저는 이미 배불러요.

Tôi đã ăn nhiều rồi.
저는 많이 먹었습니다.

Part 5 식사 중

음식은 입에 맞으시나요?

Đồ ăn có hợp khẩu vị anh không?

도 안 꼬 헙 커우 비 아잉 콩?

음식이 입에 맞는지에 대해 이야기하는 상황입니다.

 대화문 1

🅐 Đồ ăn có hợp khẩu vị anh không?
음식은 입에 맞으시나요?

🅑 Rất ngon. Hợp khẩu vị của tôi.
매우 맛있어요. 저의 입맛에 맞아요.

🅐 Thật tốt quá. Vậy thì anh ăn thêm đi.
정말 잘됐네요. 그럼 더 드세요.

🅑 Vâng. Thật sự cảm ơn anh.
알겠습니다. 정말 고맙습니다.

단어 hợp khẩu vị 입에 맞다 vị 맛

218

A Đồ ăn có hợp khẩu vị anh không?

음식은 입에 맞으시나요?

B Hợp khẩu vị của tôi. Tôi không nghĩ là anh lại nấu ăn giỏi thế này đâu.

제 입맛에 맞아요. 요리를 이렇게 맛있게 하실 줄 몰랐어요.

A Trước đây tôi có học một chút.

제가 예전에 좀 배웠어요.

B Vậy à? Lần sau anh dạy tôi với nhé.

그래요? 다음에 저 좀 가르쳐주세요.

단어

trước đây 예전에

다양한
표현

Anh thấy đồ ăn thế nào?

요리가 좀 어떠세요?

Không biết là đồ ăn hôm nay có hợp khẩu vị anh không.

오늘 요리가 입맛에 맞으시는지 모르겠네요.

Thật may vì đồ ăn hợp khẩu vị của anh.

입맛에 맞으셔서 다행이네요

환대해주셔서 정말 감사드립니다.

Cảm ơn anh nhiều vì đã tiếp đãi tôi rất chu đáo.

깜언 아잉 니에우 비 다 띠엡 다이 또이 젓 쭈 다오.

환대에 대해 감사 표시를 하는 표현으로 음식에 대해 말하는 상황입니다.

 대화문 1

A Cảm ơn anh nhiều vì đã tiếp đãi tôi rất chu đáo.
환대해주셔서 정말 감사드립니다.

B Không có gì mà. Không biết là có hợp khẩu vị anh không.
별말씀을요. 입맛에 맞는지 모르겠네요.

A Tôi thật sự rất thích. Hôm nay thật sự tôi đã ăn rất nhiều.
저 정말 좋아해요. 오늘 정말로 많이 먹었어요.

B Anh thích là được rồi. Vậy anh ăn thêm nhiều nữa nhé.
좋아하면 된 거죠. 그럼 더 많이 드세요.

단어 | tiếp đãi 환대하다   là được rồi ~면 됐어요

대화문 2

A Cảm ơn anh nhiều vì đã tiếp đãi tôi rất chu đáo.
환대해주셔서 정말 감사드립니다.

B Nếu như anh thích thì lần tới tôi sẽ nấu tiếp cho anh.
만약에 좋아하신다면 다음에 오시면 다시 요리해드릴게요.

A Thế thì tốt quá. Lần tới anh hãy nói cho tôi biết cách làm món ăn nhé.
너무 좋죠. 다음에 어떻게 만드는지 알려주세요.

B Đương nhiên là được rồi.
당연히 가능하죠.

단어
nói cho biết 알려주다   đương nhiên 당연한

Part 5
식사 중

다양한 표현

Xin cảm ơn vì đã tiếp đãi tôi rất nhiệt tình.
열정적인 환대에 감사드립니다.

Lần sau có cơ hội lại tụ tập nhé.
다음에 기회가 되면 다시 모여요.

Một lần nữa tôi xin cảm ơn tất cả mọi người vì đã tiếp đãi rất nhiệt tình.
다시 한번 모든 분들의 열정적인 환대에 매우 감사드립니다.

221

제가 한 잔 드리겠습니다. 항상 돌봐주셔서 감사드립니다.

Tôi xin kính anh 1 ly. Cảm ơn anh vì luôn quan tâm và theo dõi tôi.

또이 씬 낑 아잉 못 리. 깜 언 아잉 비 루온 관 떰 바 테오 조이 또이.

상대방에게 잔을 올릴 때 쓸 수 있는 표현으로 그동안 돌봐줌에 감사 표시를 하는 상황입니다.

 대화문 1

🅐 Tôi xin kính anh 1 ly. Cảm ơn anh vì luôn quan tâm và theo dõi tôi.

제가 한 잔 드리겠습니다. 항상 돌봐주셔서 감사드립니다.

🅑 Không có gì đâu. Tôi cảm ơn anh vì những gì anh đã cống hiến cho tôi cũng như công ty.

별말씀을요. 저 또한 회사의 공헌에 감사드립니다.

🅐 Tôi sẽ nỗ lực làm việc hơn nữa.

제가 더 노력해서 일하겠습니다.

🅑 Được rồi. Chúng ta cùng nhau nỗ lực nhé.

그래요. 우리 같이 노력해요.

단어　quan tâm 관심갖다　nỗ lực 노력하다

222

A Tôi xin kính anh 1 ly. Cảm ơn anh vì luôn quan tâm và theo dõi tôi.

제가 한 잔 드리겠습니다. 항상 돌봐주셔서 감사드립니다.

B Không có gì. Đó là chuyện đương nhiên tôi phải làm rồi.

별말씀을요. 당연히 해야 할 일을 했죠.

A Sau này mong anh chỉ giáo thêm cho.

앞으로 많은 지도 편달 주시기를 희망합니다.

B Vâng. Tôi cũng mong anh giúp đỡ.

알겠습니다. 저 또한 많은 도움을 바랍니다.

단어
sau này 앞으로   chỉ giáo 지도하다

다양한
표현

Tôi xin cảm ơn tất cả mọi người đã giúp đỡ tôi.
저를 도와주신 모든 분께 감사드립니다.

Tôi xin cảm ơn anh vì đã cho tôi cơ hội.
저에게 기회를 주셔서 감사합니다.

Tôi thật lòng cảm ơn anh vì anh luôn luôn ủng hộ cho tôi.
줄곧 저를 지지해주셔서 정말 감사합니다.

Part 5

식사 중

223

언제든 한국에 오시면 연락주세요.

Bất cứ khi nào anh tới Hàn Quốc hãy liên lạc cho tôi.

벗 끄 키 나오 아잉 떠이 한 꿕 하이 리엔 락 쪼 또이.

한국에 오면 연락을 달라는 표현으로 다음을 기약하며 이야기하는 상황입니다.

 대화문 1

🅰 **Bất cứ khi nào anh tới Hàn Quốc hãy liên lạc cho tôi.**
언제든 한국에 오시면 연락주세요.

🅱 **Vâng. Nhất định tôi sẽ liên lạc.**
알겠습니다. 꼭 그럴게요.

🅰 **Ngày mai anh bay đúng không?**
내일 비행기인가요?

🅱 **Đúng rồi. Chuyến bay của tôi vào lúc 11h sáng mai.**
맞아요. 내일 오전 11시 비행기입니다.

단어 bất cứ khi nào 언제든지   khi nào 언제

A Bất cứ khi nào anh tới Hàn Quốc hãy liên lạc cho tôi.

언제든 한국에 오시면 연락주세요.

B Vâng. Tôi cảm ơn anh vì lần này đã mời tôi. Tôi đã rất vui.

알겠습니다. 이번 초대에 감사드려요. 즐거웠습니다.

A Thời gian anh đến lần này tuy hơi ngắn nhưng lần sau nếu anh tới tôi nhất định sẽ chuẩn bị tốt hơn.

이번에 오신 시간이 너무 짧았는데, 다음에 오시면 꼭 더 잘 준비할 게요.

B Nếu anh tới Việt Nam hãy liên lạc cho tôi nhé.

만약에 베트남에 오시면, 또한 저에게 꼭 연락주세요.

Part 5

식사 중

단어 ngắn 짧다   chuẩn bị 준비하다

다양한
표현

Nếu có thời gian nhất định hãy đến Hàn Quốc.

시간이 되시면 꼭 한국에 오세요.

Mấy ngày này anh đã vất vả rồi. Một lần nữa xin cảm ơn anh.

요 며칠 수고하셨습니다. 다시 한번 감사드립니다.

Khi anh đến Hàn Quốc hãy cho tôi biết trước nhé.

한국에 오실 때 미리 저한테 알려주세요.

한국에 오시면 제가 모시고 가이드 해드릴게요.

Nếu anh đến Hàn Quốc tôi sẽ tới đón và làm hướng dẫn viên cho anh.

네우 아잉 덴 한 꿕 또이 쎄 떠이 돈 바 람 흐엉 전 비엔 쪼 아잉.

한국에 오면 직접 가이드 해준다고 할 때 쓸 수 있는 표현으로 시간이 되면 와서 연락을 달라고 말하는 상황입니다.

 대화문 1

A Nếu anh đến Hàn Quốc tôi sẽ tới đón và làm hướng dẫn viên cho anh.

한국에 오시면 제가 모시고 가이드 해드릴게요.

B Vậy thì tốt quá. Lần này đến Hàn Quốc tôi rất vui.

그럼 좋죠. 이번에 한국에 와서 즐거웠습니다.

A Khi nào anh có thời gian lại đến nữa nhé.

언제 시간이 되시면 다시 오세요.

B Chắc là khoảng tháng sau tôi sẽ tới.

아마도 다음 달에 올 것 같아요.

단어   hướng dẫn viên 가이드   chắc là 아마도   tháng sau 다음 달

A Nếu anh đến Hàn Quốc tôi sẽ tới đón và làm hướng dẫn viên cho anh.

한국에 오시면 제가 모시고 가이드 해드릴게요.

B Cảm ơn anh. Nếu anh đến Việt Nam tôi cũng sẽ làm hướng dẫn viên cho anh.

고맙습니다. 언제 베트남에 오시면 저도 가이드 해드릴게요.

A Vậy à? Tốt quá. Đúng lúc tháng sau tôi đang có kế hoạch tới.

그래요? 너무 좋죠. 저는 마침 다음 달에 가는 것을 계획하고 있어요.

B Nếu anh tới nhất định liên lạc cho tôi nhé.

오신다면 꼭 저한테 연락주세요.

단어 kế hoạch 계획하다

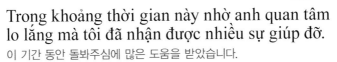

Trong khoảng thời gian này nhờ anh quan tâm lo lắng mà tôi đã nhận được nhiều sự giúp đỡ.

이 기간 동안 돌봐주심에 많은 도움을 받았습니다.

Lần sau nếu đến Việt Nam chắc tôi sẽ làm phiền anh.

다음에 베트남에 가면 당신을 번거롭게 할 것 같네요.

Lần tới nếu anh ở thêm mấy ngày, tôi sẽ đưa anh tới những nơi có cảnh đẹp.

다음에 며칠 더 머무시면, 제가 경치 좋은 곳으로 모시고 갈게요.

Part 5 식사 중

오늘 정말 좋은 시간 보냈습니다.

Hôm nay thật sự rất vui.

홈 나이 텃 쓰 젓 부이.

좋은 시간을 보냈다고 말할 때 쓸 수 있는 표현으로 가고 싶은 곳에 대해 이야기하는 상황입니다.

 대화문 1

A Hôm nay thật sự rất vui.
오늘 정말 좋은 시간 보냈습니다.

B Nếu anh có nơi nào muốn đi nữa ngày mai chúng ta đi tiếp.
또 가고 싶은 곳이 있으면 우리 내일 다시 가요.

A Tôi muốn tới xem hồ Hoàn Kiếm.
저는 호안끼엠 호수에 가서 좀 보고 싶습니다.

B Vâng. Tôi sẽ đặt mua vé trên mạng.
알겠습니다. 제가 인터넷에서 표를 예약할게요.

단어 hồ Hoàn Kiếm 호안끼엠 호수   mạng 인터넷
đặt mua 예약하다

228

A Hôm nay thật sự rất vui.
오늘 정말 좋은 시간 보냈습니다.

B Đây là lần đầu tiên anh tới Hàn Quốc phải không?
이번에 처음으로 한국에 오신 거죠?

A Không phải. Trước đây tôi từng đến 1 lần nhưng khi ấy không có thời gian đi chơi.
아니에요. 예전에 한 번 온 적이 있지만 그때는 둘러볼 시간이 없었어요.

B Nếu vậy thì lần này anh hãy đi chơi nhiều hơn nhé.
그러면 이번에 많이 둘러보세요.

단어   phải không? ~인가요?   nếu vậy 만일 그렇다면

Part 5

식사 중

다양한
표현

Hôm nay tôi đã rất vui vẻ.
오늘 즐겁게 보냈습니다.

Thời gian trôi nhanh quá.
시간 정말 빠르네요.

Hôm nay tôi đã chơi rất vui.
오늘 즐겁게 놀았네요.

229

저도 덕분에 좋은 시간을 보냈습니다.

Nhờ có anh mà hôm nay tôi đã rất vui.

녀 꼬 아잉 마 홈 나이 또이 다 젓 부이.

좋은 시간을 보냈다고 말할 때 쓸 수 있는 표현으로 그에 대해 감사 표시를 하고 다음을 기약하는 상황입니다.

 대화문 1

🅐 Nhờ có anh mà hôm nay tôi đã rất vui.
저도 덕분에 좋은 시간을 보냈습니다.

🅑 Hình như vì có anh dẫn nên tôi mới vui thế này.
가이드를 해주었기 때문에 이렇게 즐겁게 보낸 것 같아요.

🅐 Lần sau tôi tới Việt Nam anh hãy làm hướng dẫn viên cho tôi nhé.
다음에 베트남에 가면 저한테 가이드 해주세요.

🅑 Không thành vấn đề. Nếu như anh đến nhất định hãy nói trước cho tôi.
문제없습니다. 만약에 오시면 꼭 저에게 미리 말씀해주세요.

단어 nhất định 꼭   hãy ~하세요

A Nhờ có anh mà hôm nay tôi đã rất vui.
저도 덕분에 좋은 시간을 보냈습니다.

B Hôm nay chúng ta đã cùng ăn món ngon và đến những nơi có cảnh đẹp. Thật sự cảm ơn anh.
오늘 우리 같이 맛있는 것 먹고 좋은 곳도 가고, 정말 고맙습니다.

A Tôi cũng cảm ơn anh. Nếu như không có anh thì chắc tôi cũng không có cơ hội tới những nơi đó.
저도 감사드립니다. 만약에 당신이 아니었으면 저도 그곳에 가서 놀 기회가 없었을 것 같아요.

B Ngày mai nếu anh có thời gian chúng ta cùng đi tháp Namsan chơi nhé.
내일 시간이 되면, 우리 같이 남산에 가서 놀아요.

Part 5 식사 중

단어 nhờ ~덕분에 Tháp Namsan 남산 chơi 놀다

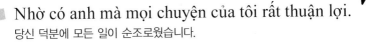

다양한 표현

Nhờ có anh mà mọi chuyện của tôi rất thuận lợi.
당신 덕분에 모든 일이 순조로웠습니다.

Nhờ có anh mà tôi ở rất thoải mái.
당신 덕분에 지내는 것이 좋습니다.

Cái này tất cả là nhờ có mọi người.
이것이 모두 여러분 덕분입니다.

오늘은 제가 한턱내겠습니다.

Hôm nay tôi sẽ đãi.

홈 나이 또이 쎄 다이.

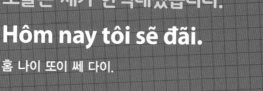

식사 대접을 한다고 할 때 쓸 수 있는 표현으로 그와 관련된 이야기를 하는 상황입니다.

대화문 1

A Hôm nay tôi sẽ đãi.
오늘은 제가 한턱내겠습니다.

B Hôm nay tôi phải mời anh để cảm ơn anh đã giúp đỡ chứ.
오늘 저를 도와주심에 감사를 하기 위해서는 제가 내야죠.

A Anh đến Hàn Quốc thì là khách mà. Làm sao tôi có thể để anh mời được.
한국에 오셨으면 손님이죠. 어떻게 당신보고 내라고 할 수 있어요?

B Vâng. Lần sau anh tới Việt Nam tôi sẽ đãi anh món ngon.
알겠어요. 다음에 베트남에 오시면 반드시 맛있는 것을 대접할게요.

단어 khách 손님   mời, đãi 대접하다

A Hôm nay tôi sẽ đãi. Anh có muốn ăn gì không?
오늘은 제가 한턱내겠습니다. 드시고 싶은 것이 있나요?

B Tôi cái gì cũng được. Anh hãy chọn đi.
저는 뭐든 가능해요. 골라보세요.

A Vì anh là khách nên anh chọn thoải mái đi.
손님이시니까, 편하게 골라보세요.

B Vâng. Chúng ta đi ăn thịt bò xào nhé.
알겠어요. 우리 불고기 먹으러 가요.

단어 chọn 고르다, 선택하다   thoải mái 편한

다양한 표현

Chúng ta thanh toán thế nào nhỉ?
어떻게 계산할까요?

Hôm nay chia đôi nhé.
우리 더치페이해요.

Ai trả của người đấy thì tốt hơn.
각자 내는 것이 좋을 것 같습니다.

당연히 저희가 대접해야지요.

Đương nhiên chúng tôi phải đãi chứ.

드렁 니엔 쭝 또이 파이 다이 쯔.

식사 대접을 할 때 쓸 수 있는 표현으로 식사에 대해 감사를 표시하는 상황입니다.

대화문 1

🅰 Đương nhiên chúng tôi phải đãi chứ.

당연히 저희가 대접해야지요.

🅱 Tôi phải đãi mới đúng. Vì hôm nay anh đã đặc biệt dành thời gian đón tôi mà.

제가 대접하는 것이 맞죠. 오늘 특별하게 시간을 내서 저를 맞이해주셨으니까요.

🅰 Anh đến Hàn Quốc thì là khách rồi. Đây là việc chúng tôi phải làm.

한국에 왔으니 손님이죠. 이것은 저희가 해야 할 일이에요.

🅱 Thật sự cảm ơn anh.

정말 감사합니다.

단어
đương nhiên 당연한   mời 초대하다, 접대하다
đặc biệt 특별히

대화문 2

A Đương nhiên chúng tôi phải đãi chứ.

당연히 저희가 대접해야지요.

B Vì hôm nay anh đã giúp đỡ tôi nhiều nên tôi sẽ đãi cơm để bày tỏ sự cảm ơn.

오늘 저에게 많은 도움을 주셨으니, 감사 표시를 위해 식사 대접할게요.

A Lần tới đến Việt Nam chắc là chúng tôi sẽ nhờ các anh nhiều. Hôm nay chúng tôi nhất định sẽ đãi anh.

다음에 저희가 베트남에 가면 많은 도움을 받을 텐데요. 오늘은 반드시 저희가 식사 대접하겠습니다.

B Vâng. Lần tới anh đến Việt Nam tôi sẽ chiêu đãi thật chu đáo.

알겠습니다. 다음에 베트남에 오시면 제가 반드시 잘 대접할게요.

단어 đãi 대접하다 nhất định (phải) 반드시~해야 한다

다양한 표현

Không được. Tôi sẽ trả.

안됩니다. 제가 낼게요.

Anh là khách mà đương nhiên tôi phải trả rồi.

손님이신데, 당연히 제가 내야지요.

Hôm nay tôi sẽ đãi nên anh chọn thoải mái nhé.

오늘은 제가 대접하는 것이니 마음대로 주문하세요.

Part 5 식사 중

복습하기

Unit 081 오늘 초대해주셔서 정말 감사합니다.
Thật sự cảm ơn anh vì hôm nay đã mời tôi.
텃 쓰 깜 언 아잉 비 홈 나이 다 머이 또이.

Unit 082 저희가 이곳에 조촐하게 자리를 마련했어요.
Chúng tôi đã chuẩn bị nơi này rất chu đáo.
쭝 또이 다 쭈언 비 너이 나이 쩟 쭈 다오.

Unit 083 오늘 어떤 술을 마실까요?
Hôm nay anh sẽ uống rượu gì?
홈 나이 아잉 세 우엉 즈우 지?

Unit 084 저는 사이공 맥주를 좋아합니다.
Tôi thích bia Sài Gòn.
또이 틱 비어 싸이 건.

Unit 085 한국요리를 좋아한다고 들었습니다.
Tôi nghe nói rằng anh thích ẩm thực Hàn Quốc.
또이 응에 노이 장 아잉 틱 엄 특 한 꿕.

Unit 086 제가 건배 제의를 하겠습니다.
Tôi xin đề xuất cạn ly.
또이 씬 데 쑤엇 깐 리.

Unit 087 우리의 합작을 위해서 건배하시죠.
Hãy cạn ly vì sự hợp tác của chúng ta.
하이 깐 리 비 쓰 헙 딱 꾸어 쭝 따.

Unit 088 제가 먹어본 것 중 가장 맛있습니다.
Trong những thứ tôi đã ăn thì nó ngon nhất.
쭝 능 트 또이 다 안 티 너 응온 녓.

Unit 089 다음에 한국에 오시면 제가 식사 대접하겠습니다.
Lần sau anh tới Hàn Quốc tôi sẽ đãi anh một bữa.
런 사우 아잉 떠이 한 꿕 또이 쎄 따이 아잉 못 브어.

Unit 090 더 드세요.
Anh ăn thêm nữa đi.
아잉 안 템 느어 디.

236

Unit 091
저는 이미 충분히 많이 먹었습니다.
Tôi đã ăn đủ nhiều rồi.
또이 다 안 두 니에우 조이.

Unit 092
음식은 입에 맞으시나요?
Đồ ăn có hợp khẩu vị anh không?
도 안 꼬 헙 커우 비 아잉 콩?

Unit 093
환대해주셔서 정말 감사드립니다.
Cảm ơn anh nhiều vì đã tiếp đãi tôi rất chu đáo.
깜언 아잉 니에우 비 다 띠엡 다이 또이 젓 쭈 다오.

Unit 094
제가 한 잔 드리겠습니다. 항상 돌봐주셔서 감사드립니다.
Tôi xin kính anh 1 ly. Cảm ơn anh vì luôn quan tâm và theo
dõi tôi.
또이 씬 낑 아잉 못 리. 깜 언 아잉 비 루온 관 떰 바 테오 조이 또이.

Unit 095
언제든 한국에 오시면 연락주세요.
Bất cứ khi nào anh tới Hàn Quốc hãy liên lạc cho tôi.
벗 끄 키 나오 아잉 떠이 한 꿕 하이 리엔 락 쪼 또이.

Unit 096
한국에 오시면 제가 모시고 가이드 해드릴게요.
Nếu anh đến Hàn Quốc tôi sẽ tới đón và làm hướng dẫn
viên cho anh.
네우 아잉 덴 한 꿕 또이 쎄 떠이 돈 바 람 흐엉 전 비엔 쪼 아잉.

Unit 097
오늘 정말 좋은 시간 보냈습니다.
Hôm nay thật sự rất vui.
홈 나이 텃 쓰 젓 부이.

Unit 098
저도 덕분에 좋은 시간을 보냈습니다.
Nhờ có anh mà hôm nay tôi đã rất vui.
녀 꼬 아잉 마 홈 나이 또이 다 젓 부이.

Unit 099
오늘은 제가 한턱내겠습니다.
Hôm nay tôi sẽ đãi.
홈 나이 또이 쎄 다이.

Unit 100
당연히 저희가 대접해야지요.
Đương nhiên chúng tôi phải đãi chứ.
드렁 니엔 쭝 또이 파이 다이 쯔.

베트남의 음주 문화

베트남의 음주 문화는 한국의 음주 문화는 몇 가지 차이점이 있습니다.

첫 번째로는 첨잔문화입니다. 한국의 음주 문화는 공식적인 자리는 물론 사적인 자리에서도 첨잔을 금하고 비워야지만 다시 따라주는 문화입니다. 그러나 베트남은 중국문화와 비슷하게 첨잔에 대한 거부감이 없으며 되려 잔을 다 비울 때까지 술을 채우지 않으면 실례가 되는 문화입니다.

두 번째로는 얼음 맥주입니다. 큰 잔에 차갑게 만든 맥주를 따라 먹는 한국과는 달리 날씨가 더운 베트남에서는 잔 속에 가운데가 뚫린 커다란 얼음(식용얼음)을 넣고 차갑게 하지 않은 맥주를 따릅니다. 이는 시원하게 만든 맥주라도 금방 미지근해지기 때문에 더운 나라에서 시원하게 맥주를 마시기 위해 고안한 방법입니다.

세 번째로는 담금주입니다. 주로 공산품인 소주와 맥주를 마시는 한국과 달리 베트남은 보통 집에 한 종류 이상의 담금주를 가지고 있습니다. 대부분의 집에 적게는 30도에서 45도의 높은 도수의 담금주가 있으며 주로 뗏(Tết) 명절기간에 고향을 방문한 친지가족, 친구들과의 술자리에서 등장합니다. 한국과 달리 친구나 외국인을 본인의 집이나 고향에 초청하는 것에 스스럼이 없기에 만약 베트남 현지인의 고향에 초청을 받아 방문하게 된다면 반드시 마주하게 될 것이 담금주라고 볼 수 있습니다.

베트남의 음주 구호

"**Một hai ba dô!**(못 하이 바 요)   "하나 둘 셋 요!
Hai ba dô!(하이 바 요)   둘 셋 요!
Hai ba uống!"(하이 바 우옹)   둘 셋 마셔!"

"**Một trăm phần trăm**"(못 짬 펀 짬)   "100%"

"**Không say không về**"(콩 사이 콩 베)   "취하지 않으면 집
에 갈 수 없다"

Omega 비즈니스 베트남어 이메일 완전정복

FL4U컨텐츠 저 | 148*210mm | 320쪽 | 15,000원